आपल्या स्नेहीजनांना पुस्तके भेट द्या

निःशब्दाचे मौन

मानवी भावभावनांची सुरेख गुंफण असलेला संग्रह

दिप्ती जोशी

AA000852

मेहता पब्लिशिंग हाऊस

◆ *या पुस्तकातील लेखकाची मते, घटना, वर्णने ही त्या लेखकाची असून त्याच्याशी प्रकाशक सहमत असतीलच असे नाही.*

NISHABDACHE MAUN by DIPTI JOSHI

नि:शब्दाचे मौन : दिप्ती जोशी / कथासंग्रह

© दिप्ती जोशी

एफ ३७, सिनार संकुल हाऊसिंग सोसायटी,
बॉइज टाउन शाळेजवळ, येवलेकर मळा, नाशिक - ४२२००५

प्रकाशक : सुनील अनिल मेहता, मेहता पब्लिशिंग हाऊस,
१९४१ सदाशिव पेठ, माडीवाले कॉलनी, पुणे – ३०.

अक्षरजुळणी : इफेक्ट्स २१/६ब, आयडिअल कॉलनी, कोथरूड, पुणे – ३८.

मुखपृष्ठ : सतिश भावसार

प्रथमावृत्ती : मे, २०१७

P Book ISBN 9789386454799
E Book ISBN 9789386454805
E Books available on : play.google.com/store/books
m.dailyhunt.in/Ebooks/marathi
www.amazon.in

आमच्यासाठी तू आमचं सर्वस्व होतास.
आनंदाच्या उंच हिंदोळ्यावर असताना तुझं
असं अचानक हात सोडून जाणं...! दुःखाचं आभाळच कोसळलं आमच्यावर...
तुझ्या आठवणीतल्या क्षणांनी जगण्याचं बळ दिलं.
आनंदाचे आणि
दुःखाचे जे जे क्षण तुझ्याबरोबर जगलो त्या क्षणांना
शब्दांत बांधून ही शब्दरूपी दुर्वांची जुडी
तुला अर्पण.
तू आमच्यात, आमच्याबरोबर आहेसच.

प्रस्तावना

दिप्ती जोशी यांनी एकूण चौदा कथांचा छापील संच माझ्याकडे प्रस्तावना लिहिण्यासाठी पाठवून दिला. त्या कथा वाचून मला खरोखरच खूप समाधान वाटले. त्या सर्वच कथा मला खूपच आशयगर्भ अशा वाटल्या आणि स्त्रियांच्या वेगवेगळ्या समस्या त्यातून ज्या प्रकट झाल्या आहेत; त्या वाचून माझे मन काही काळ सुन्न झाले. प्रत्येक कथेचा विषय हा स्त्रीजीवनाचे वेगवेगळे पदर उलगडून दाखवणारा आहे.

'कॉस्च्यूम डिझायनर' या कथेत सिनेमा क्षेत्राविषयी अजिबात माहिती नसलेली, भाचीने कॉस्च्यूम डिझाइन केलेला चित्रपट पाहायला गेल्यावर त्यातल्या नायिकेचे कपडे आणि एकूणच डिझायनिंग विषयात गोंधळ उडालेली नायिका आपण पाहतो. 'नजर' या कथेत जोडीदाराच्या शांत आणि अबोल प्रेमात रमलेली पण स्त्री-पुरुष संबंधांत कुठेतरी वासनेचा स्पर्श जाणवताच नोकरीचा राजीनामा देणाऱ्या सविताच्या हळुवार मनाची कहाणी आपण ऐकतो. आयुष्यभर ज्या जोडीदाराने आपल्याला त्रास, मनस्ताप, मनाचा कोंडमारा आणि घुसमट याशिवाय काहीच दिले नाही त्याला त्याच्या आयुष्याच्या संध्याकाळी दिलेली अनोखी शिक्षा वाचकांना नक्कीच भावते. तर 'परीक्षा' या कथेतील रोहिणी वडिलांचा विरोध असतानाही सरकारी नोकरीची संधी सोडू नये म्हणून नोकरीवर रुजू होते. एकटी असताना त्रास होऊ नये म्हणून सहजपणे अजागळ अवतार धारण करते. या प्रवासात तिच्या मनाला जो त्रास होतो, तो खोटे मुखवटे धारण करून भोवती वावरणारी माणसं पाहून. पण याही स्थितीत तिच्या मनाचे सौंदर्य ओळखून तिच्यावर मनापासून प्रेम करणारा जोडीदार तिला लाभतो ही गोष्ट सुखावून जाते. नियतीने एका बेसावध क्षणी सगळे काही हिरावून तर नेलेच पण त्याबरोबर जन्मभराचे अपंगत्व बहाल केले अशा प्रतिकूल परिस्थितीतही सकारात्मक दृष्टिकोन ठेवून नायक जे जीवन जगतो ते 'उद्ध्वस्त' या कथेत आपण वाचतो. 'तेरे फुलोंसे भी प्यार...' या कथेतील श्रीया वाटेत आलेल्या सर्व सुख-दुःखाला शांतपणे सामोरी जाऊन नवरा आणि मुलगा या दोघांनाही एकाच क्षणी हिरावून नेणाऱ्या नियतीची क्रूर थट्टा देवावर ठाम विश्वास ठेवून, नशिबाला दोष न देता उलट दोन मुलींना तरी धडधाकट ठेवले म्हणून त्याचे आभार मानते आणि देव

आहेच असा ठाम विश्वास ठेवते.

'व्यथा त्या दोघींची' या कथेतील अंजली आणि भारतात राहणारी गायत्री या दोघींच्या व्यथा वेगवेगळ्या आहेत. अमेरिकेतील अंजली सुखवस्तू जीवनशैली जगणारी पण स्वत:चं मूल नाही म्हणून आयुष्यभर एकाकीपणाचे दु:ख गोंजारते तर भारतातली तिची बहीण गायत्री नोकरीची धावपळ, नणदांची अरेरावी, आई-वडिलांची जबाबदारी यामुळे आपण आपल्या एकुलत्या एक मुलीला न्याय देऊ शकत नाही या भावनेने दु:खी आहे म्हणून अंजलीशी तुटकपणे वागते. एकूण काय? दोघीही आपल्या जीवनात सुखी नाहीत. 'प्रतिबिंब' या कथेत एका प्रथितयश डॉक्टरच्या मनाच्या घालमेलीमुळे व्यवसायात यशस्वी असूनही जीवन हे अतृप्त वाटत राहते हा प्रवास खुबीने वर्णन केला आहे.

या कथासंग्रहातील 'नि:शब्दाचे मौन' ही एक आगळीवेगळी कथा वाटते. दत्तक विधानात एखाद्या आईने दत्तक दिलेल्या मुलाची द्विधा मन:स्थिती अतिशय हळुवारपणे रेखाटली आहे. तो विषय नावीन्यपूर्ण वाटला. ते मूल अबोल आणि घुमे व्हायचे कारण ते आपल्या खऱ्या आई-वडिलांपासून व भावंडांपासून दुरावते पण त्याला त्याच्या भावना मूकच ठेवाव्या लागतात. समीरच्या मनाची घुसमट छान व्यक्त झाली आहे. 'श्यामची आजी' ही एक वेगळीच कथा आहे. अतिवृद्ध अशा आजीच्या घरात पेइंग गेस्ट म्हणून राहायला येणारा बँकेतील एक जबाबदार ऑफिसर श्याम हा त्या आजीचा एक लाडका 'गोड्या' बनतो याचे हृदयंगम वर्णन कथेत आहे. 'विश्वामित्राची तपश्चर्या'मध्ये एखादा संकल्प पार पाडायचा कितीही कसोशीने प्रयत्न केला तरी एखाद्या बेसावध क्षणी काहीतरी चूक होऊन मनाला पश्चात्तापाची टोचणी लागते, या कथानायिकेला आलेल्या अनुभवाचे यथार्थ वर्णन मनाला भावते.

'आठवणींची मोरपिसं'मध्ये निरनिराळ्या देशांत भेटलेली माणसं - त्यांनी दिलेल्या भेटवस्तू यातून नात्यांचे हळुवार बंध उलगडतात, तर 'पुनर्जन्म एका कलाकाराचा'मध्ये अनुराधाला चित्र काढताना - लिहिताना - भजन गाताना आपल्या सुप्त गुणांची व कलेची जाणीव होऊन तिच्यात दडलेला कलाकार दिसून येतो.

सुरुवातीच्या काळात तिला एक प्रकारचे नैराश्य असते कारण तिला धावपळीच्या जीवनात स्वत:च्या कलागुणांना जोपासण्याची सवड मिळत नव्हती पण नंतर तिच्यातला हरवलेला कलाकार जागृत झाल्यावर तिचे मन कसे तृप्तीने भरते हे या कथेत कलात्मकतेने रेखाटलेले दिसते.

एकूण असे म्हणता येईल की, दिप्ती जोशी यांनी लिहिलेल्या बहुतेक सर्वच कथा या अस्सल वाटाव्यात अशा आहेत आणि वाचकांना त्या एकत्रितपणे वाचल्याने नक्कीच समाधान वाटेल. कारण त्यातील बहुतेक कथा या निरनिराळ्या मासिकांतून, दिवाळी अंकांतून किंवा स्पर्धांमधून पुरस्कृत झालेल्या आहेत. त्यांना

बक्षिसे मिळाली आहेत.

दिप्ती जोशी यांनी त्यांचा कथासंग्रह प्रस्तावनेसाठी माझ्याकडे पाठवला हा मी माझा गौरव समजते कारण मी काही अजून सेलिब्रेटी लेखिका वगैरे झाली आहे असे मला वाटत नाही. दिप्ती जोशी यांना त्यांच्या यापुढील लेखनप्रवासात उदंड यश मिळो अशी मी प्रार्थना करते.

– डॉ. अरुंधती भालेराव

पुस्तकाविषयी

'वेदांसवे जन्मली जी...' असे कथेचे वर्णन केले जाते. प्राचीन काळापासून ही कथा विविध रूपे घेऊन शब्दरूपात येते आहे. या कथेचे विभ्रम जसे अनेकविध तसेच पात्र-प्रसंगांतून येणारे कल्पित विश्वही अनेकरंगी असते. दिप्ती जोशी यांच्या 'नि:शब्दाचे मौन' या कथासंग्रहातील कथा म्हणजे अनेक भावभावनांची सुरेख गुंफण आहे. या कथा, त्यातील पात्रे-प्रसंग-घटना या वास्तव जीवनातीलच आहेत. कथाकाराच्या मनात रुजलेले कथाबीज विविध घटना-प्रसंगांतून, पात्रांच्या माध्यमातून हळुवारपणे उमलते तेव्हा कथा साकार होते. दिप्ती जोशी यांची कथा मानवी मनातील भावनांचे पदर अगदी अलगद उलगडते. तर काही कथांतून मनाच्या नेणिवेचेही दर्शन घडते.

'नि:शब्दाचे मौन' या कथासंग्रहातील अनुभवविश्व तीन स्तरांवर उभे आहे. एक स्तर कौटुंबिक आहे, दुसरा स्तर सामाजिक आहे तर तिसरा स्तर वैयक्तिक आहे. या कथासंग्रहातील अनुभवविश्वाचे प्रमुख केंद्र आहे माणूस. यातील स्त्रीचे वा पुरुषाचे बाह्यविश्व म्हणजे त्याचे कुटुंब, सभोवतालचा समाज आणि संस्कृती आदींनी घडलेले आहे. या सर्व घटकांचा पात्राच्या अंतर्विश्वावर प्रतिक्रियात्मक परिणाम होतो आणि त्यातूनच या कथासंग्रहातील अनुभवविश्व साकार होते. मुळात माणसाचे मन जुन्या संस्कारांनी घडलेले असते. असे जुने संस्कार आणि आधुनिक युगाची जाणीव यातील ताणतणावांचे दर्शन या अनुभवविश्वात घडते. दिप्ती जोशी यांनी ते दर्शन फार सहजतेने घडविले आहे.

'श्यामची आजी' या कथेत कथानायकाचे कुटुंब, त्याची नोकरी, बदली, बढती यातून डोंबिवली, जळगावजवळचे किन्ही गाव, अमरावती, नंतर नांदेड अशा विस्तृत भौगोलिक परिसरात त्याची झालेली भ्रमंती यातून कथेचे बाह्यविश्व साकार होते आणि नकळत मनाच्या अंतर्विश्वात त्याचा संचार होऊ लागतो. अमरावतीच्या आजींच्या शिस्तीचा, देवावरील श्रद्धेचा त्याच्या मनावर संस्कार होऊ लागतो. त्यातून आजीच्या दृष्टीने श्याम जोशी याचा प्रथम आपुलकीतून 'श्याम' झाला, नंतर प्रेमपूर्ण वात्सल्यातून 'गोड्या' झाला. एका दृष्टीने कथानायकाच्या अंतर्मनाचे हे स्थित्यंतर होते. यातून हे अनुभवविश्व समृद्ध पण तितकेच लोभसवाणे झाले आहे.

'आठवणींची मोरपिसं' ही आणखी एक वेगळी कथा! आठवणींचा प्रवास अनेक वळणांनी या कथेत आला आहे. अल्जेरियासारख्या अरेबिक देशांतून सुरू झालेला आठवणींचा प्रवास लंडनच्या साराने दिलेली अंगठी, इजिप्शियन मुलीने दिलेले ब्रेसलेट, निबिलियाने दिलेला चिनी मातीचा छोटा हत्ती, मायेची मिळालेली शाल अशा विविध स्तरांमधून भावनांचे, त्यामागील नात्यांचे पदर उलगडत जातात. आणि सारे अनुभवविश्व आठवणींच्या सुंदर मोरपिसाऱ्याने भरून जाते.

बाह्यविश्वातून अंतर्मनाचे चित्रण करण्याची किमया कथालेखिकेला उत्तम साधली आहे. 'पुनर्जन्म एका कलाकाराचा' या कथेत नायिकेचे कलात्म मन आणि बाह्य वास्तव यातील संघर्ष वाचकाच्या मनाला भिडणारा आहे. मनातील संघर्षाचे विविध कंगोरे या सर्व कथांमधून लक्षणीयरीत्या दिसतात आणि हे या कथांचे कथात्म सौंदर्य ठरते.

पात्ररचनेतही लेखिकेची कथेबाबतची समृद्ध जाण दिसून येते. कथेतील पात्रे घटना-प्रसंग घडविण्याचे कथात्म कार्य करीत असतात. 'नि:शब्दाचे मौन' या कथाविश्वातील नायक समीर बालपणीच्या एका घटनेने दुखावलेला असतो. आयुष्यभराची त्याची घुसमट एका छोट्या घटनेने अचानक बोलकी होते. आतापर्यंत शब्दांनी व देहबोलीनेही जो मूक झाला होता तो समीर अचानक मन मोकळं करतो, त्याच्या शब्दांचा प्रवाह धो धो वाहू लागतो. येथे कथानकाला मिळालेली कलाटणी कथेला सौंदर्य बहाल करून टाकते. समीरच्या अंतर्मनातील द्वंद्व कथालेखिकेने समर्थपणे रंगविले आहे. अशी अनेक स्त्रीपात्रे व पुरुषपात्रे या कथाविश्वात आपला ठसा उमटवताना दिसतात. 'कॉस्च्यूम डिझायनर' या कथेतील भाबडी नायिका, 'खरेदी'तील माहेरवाशीण, 'श्यामची आजी'मधील कणखर पण प्रेमळ आजी, 'प्रत्येकाशी आईच्या भूमिकेतून वागायचं' असा संकल्प करणारी 'विश्वामित्राची तपश्चर्या'ची नायिका, आपल्यातील सुप्त कलागुणांची ओळख पटल्यावर हरखून जाणारी 'पुनर्जन्म एका कलाकाराचा' या कथेची नायिका, कडेलोटाच्या दु:खाशी सामना करणारी श्रीया, एका डॉक्टरच्या अंतर्मनाच्या तळाशी दडून बसलेल्या असूयेचे दर्शन घडविणारी कथा 'प्रतिबिंब', आयुष्यभराची घुसमट नेणिवेच्या तळाशी लपवून ठेवणारा समीर अशा विविध व्यक्तिरेखा या कथाविश्वाला अर्थपूर्ण आणि समृद्ध करतात.

कथाबीज कथानकातून विकसित होत असते. या कथाविश्वात पात्र आणि त्यांच्यामुळे घडलेल्या घटना-प्रसंगांची गुंफण यातून चातुर्याने कथाबीजाचा विकास केलेला दिसतो. पात्रांच्या हालचालींतून त्यांची मन:स्थिती व्यक्त होते. उदा. 'नि:शब्दाचे मौन'मधील समीर, 'तेरे फुलोंसे भी प्यार...'मधील श्रीया कधी भूतकाळातून तर कधी वर्तमानातून कथानक समोर येते. काळाच्या या दोन क्रमव्यवस्था एकत्र

आणून लेखिकेने या कथा नाट्यपूर्ण केल्या आहेत. थोडक्यात, या कथासंग्रहातील बहुतांश कथा-कथानक व घटना-प्रसंग यांच्या वैशिष्ट्यपूर्ण गुंफणीने कलात्मक ठरल्या आहेत.

या कथाविश्वातील संवाद कथानकाला गती प्राप्त करून देतात तसेच पात्राचे स्वभावदर्शनही घडवतात. काही कथांमधून भावनात्मक संघर्षाचे दिग्दर्शन 'संवाद' या घटकाने केले आहे, ते औचित्यपूर्ण आहे. उदा. 'नि:शब्दाचे मौन' आणि 'श्यामची आजी'.

कोणत्याही कथेची भाषा कथार्थ साकार करण्याचे प्रमुख कार्य करीत असते. तद्नुषंगाने पात्रांचा आत्माविष्कार करणे, विविध संदर्भ देणे, संदेशन करणे अशी विविध कार्ये ही भाषाशैली करीत असते. हे कथाविश्व प्रामुख्याने मध्यमवर्गीय जीवनावर केंद्रित झालेले आहे. त्यातील वातावरणानुसार, पात्रानुसार भाषाशैली असते. या कथाविश्वात प्रत्येक पात्राचे बाह्यरूप जसे या भाषेने वर्णिले आहे तसेच पात्राचे अंतर्मनही व्यक्त केले आहे. लेखिकेच्या भाषाशैलीने कथांमध्ये आविष्कारात्मक कार्य केले आहे. मनातील भावना, वृत्ती-प्रवृत्ती, दु:ख यांचा आविष्कार वेळोवेळी केला आहे. उदा. समीरची घुसमट व्यक्त होते तो प्रसंग (नि:शब्दाचे मौन), श्याम जोशीच्या मनातली संभ्रमावस्था (श्यामची आजी) इत्यादी. या भाषाशैलीने लेखिकेचा सकारात्मक दृष्टिकोन व्यक्त झालेला दिसतो. उदा. 'उद्ध्वस्त'.

भाषाशैलीतून कथालेखिकेचा जीवनाकडे बघण्याचा दृष्टिकोन स्पष्ट होतो. कारण प्रत्येक कथाकारामागे एक गर्भित लेखक असतो. त्याचा जीवनाकडे, पात्रांकडे बघण्याचा दृष्टिकोन त्याची शैली प्रकट करीत असते. लेखिकेच्या सभोवताली असलेले आध्यात्मिक वातावरण, त्यांच्या मनावर झालेले आध्यात्मिक संस्कार कथेच्या भाषेतून प्रतिबिंबित होतात. उदा. तेरे फुलोंसे भी प्यार... या कथेचा प्रारंभ! एखाद्या मंदिरातील भक्तिपूर्ण, श्रद्धामय वातावरण, ईश्वरी शक्ती मानण्यातला श्रीयाचा ठामपणा, 'श्यामची आजी' या कथेतील 'हे विश्वचि माझे घर, अध्यात्म जगायचं कसं ते माझ्या आजींनी शिकवलं. आजी कायिक तप करत होत्या, वाचिक तप करत होत्या, मानसिक तप करत होत्या, त्यांची कधी क्रियेला प्रतिक्रिया नाही अशा आजी होत्या' अशा अनेक वाक्यांमधून लेखिकेची ईश्वर मार्गावरील उन्नत अवस्था प्रकट होते.

एकूणच या सर्व कथा जितक्या वाचनीय तितक्याच अंतर्मुख करणाऱ्या आहेत. एक चांगला कथासंग्रह वाचण्याचा आनंद या पुस्तकाने मला दिला. दिप्ती जोशी यांना पुढील कथालेखन प्रवासास खूप खूप शुभेच्छा!

डॉ. सौ. मिनाक्षी ब्रह्मे
मो. ९८२०७४५१८६

मनोगत

आज माझा 'नि:शब्दाचे मौन' कथासंग्रह तुम्हा वाचकांच्या हातात देताना खूप आनंद होत आहे.

लहानपणापासून म्हणजे सातवीत असल्यापासून सतत माणसांचं निरीक्षण, अभ्यास, त्यांच्या कृतीचा अर्थ लावणं हा छंदच होता. आयुष्यात भेटलेली असंख्य माणसं आणि त्यांच्या जीवनातले सुख-दु:खाचे प्रसंग, त्यांना शब्दरूप देऊन साकार झालेल्या या कथा. या संग्रहातील एकही कथा काल्पनिक नाही. त्यातलं मूळ बीज सत्य, बाकी शब्दांच्या अलंकारांनी सजवलेला साज.

हा कथासंग्रह मेहता पब्लिशिंग हाऊसकडून प्रकाशित होणं हा माझ्यासाठी अपूर्व असा आनंदाचा क्षण आहे.

सर्वप्रथम माझ्या सद्गुरू सौ. संध्याताई अमृते यांना वंदन, ज्यांच्या कृपाआशीर्वादाने हा आनंदाचा क्षण माझ्या जीवनात आला. नि:शब्दाचे मौन हे कथासंग्रहाचं नाव निश्चित झालं, मेहता पब्लिशिंग हाऊसच्या मनीषा देवकरांनी विचारलं, याचा अर्थ काय हो? खरं तर त्या क्षणापर्यंत मलाही त्याचा अर्थ माहीत नव्हता पण त्यांनी विचारताक्षणीच सुचलं, 'वाणीने आणि देहबोलीने मूक होणं म्हणजे 'नि:शब्दाचे मौन'. सद्गुरू आपल्या जाणिवा सजग करत असतात. ते जेव्हा आपल्या डोक्यावर हात ठेवून अनुग्रह देतात त्याचवेळेस या जाणिवांचं संक्रमण ते आपल्यात करत असतात.

माझ्या प्रत्येक कथेचा पहिला वाचक, समीक्षक, भाषेतील मृदुता मी ज्याच्याकडून शिकले तो माझा जोडीदार आणि जिचा हात धरून मी श्रीगणेशा गिरवला, जिच्या निरतिशय प्रेमाने सारं आयुष्य बहरलं होतं - ती माझी आई. तिच्याच प्रोत्साहनाने मी मेहता पब्लिशिंग हाऊसच्या मनीषा देवकरांना भेटले. या दोघांच्याही हातात माझा हा पहिला कथासंग्रह द्यावा ही माझी इच्छा पूर्ण होऊ शकत नसली तरी ती दोघंही माझ्या आनंदाच्या क्षणात सामील आहेत याची मला खात्री आहे.

माझ्या प्रत्येक प्रसंगात जी सावलीसारखी माझ्याबरोबर होती, 'आई व्हावी मुलगी माझी मी आईची व्हावे आई' या ओळी सार्थ ठरवणारी आपल्या ठाम विचारांनी पाठिंबा देणारी, आर्थिक, मानसिक, शारीरिक सर्व संकटांत मला सावरणारी

माझी लेक, तिच्याच विचारांशी समतोल राखणारा शांत, सुस्वभावी हृषिकेश आणि श्रीकृष्णाच्या लीलांची आठवण करून देणारा खोडकर हसरा गोड अबीर, यांच्या प्रेमाची मी उतराई होऊच शकणार नाही.

माझ्या गुणांचं कौतुक करणाऱ्या माझ्या सासुबाई आणि माझ्या लिखाणाला ज्यांनी भरभरून प्रतिसाद दिला, हा प्रतिसाद इतका उत्स्फूर्त आणि वाचनीय असायचा की, या प्रतिसादांचाच एक ललित संग्रह व्हावा. ज्यांच्या प्रोत्साहनाने नवीन लिखाणाच्या ऊर्मी मनात दाटून यायच्या ते श्यामकाका माझे मोठे दीर यांचीही मी कृतज्ञ आहे.

ज्यांनी मला जगण्याचं बळ दिलं, त्या सौ. रेखाताई आफळे आणि डॉ. सुभाष आफळे, माझ्या मुलीचे सासू-सासरे यांचा उल्लेख केल्याशिवाय हे मनोगत पूर्ण होणार नाही. त्या दोघांबद्दल कृतज्ञता व्यक्त करण्यापेक्षा ती आयुष्यभर मनात जपायला आवडेल मला.

लिखाणाने मला उत्तम मित्र दिला. कधी घाबरून खोटं बोललेच तर या मित्राच्या डोळ्यांत बघता येत नाही. अनेक संकटं, अनेक प्रश्न, अनेक अडचणी यांसह शांतपणे पुढे चालण्याचं बळ हा मित्र देतो. तेव्हा या मित्राचा हात कधी सोडायचा नाही एवढं निश्चित!

– दिप्ती जोशी

अनुक्रमणिका

नि:शब्दाचे मौन

डोळ्यांतल्या पाण्याला आवरणं कठीण झालं होतं रेवतीला, मन उद्विग्न झालं होतं. तिनं ठरवलं होतं आज बोलायचंच याच्याशी सगळं मनातलं. तो प्रसंग आठवला की, मनात विचारांची नुसती गर्दी होत होती.

कालचा दिवस किती छान होता. खूप आनंदात होती ती. काल त्यांच्या सोसायटीच्या वर्धापन दिनानिमित्त जेवण, स्पर्धा असे अनेक कार्यक्रम होते. त्यातल्या पेंटिंगच्या स्पर्धेत तिनं भाग घेतला होता. अगदी सहज म्हणून, काहीही तयारी नसताना. शिवाय परीक्षक पण बाहेरचे होते. तिच्या निसर्गचित्राला पहिले पारितोषिक मिळाले. तिला खूप आनंद झाला होता. कुठलेही विशेष शिक्षण नाही, अभ्यास नाही, त्यासाठी खास वेळ देणं नाही, पण हातात ब्रश आणि रंग आले की, कागदावर जी काही अदाकारी उतरायची की बस्स!

सगळ्यांच्या कौतुकाच्या नजरांना सामोरं जात बक्षीस घेताना तिला परत लहान झाल्यासारखं वाटत होतं. मजा वाटत होती. बक्षीस घेऊन ती स्टेजवरून उतरत होती, सगळे टाळ्या वाजवत होते. अचानक तिचं समीरकडे लक्ष गेलं, तो शांत बसला होता कुठंतरी हरवल्यासारखा. तिचा उत्साह उगीचच कमी झाला. ''समीर...'' तिनं त्याच्या खांद्याला धरून हलवलं आणि भानावर आल्यासारखा तो टाळ्या वाजवायला लागला. ''समीर, तुला आनंद नाही झाला का?''

''नाही कसा? झाला ना!''

''पण चेहऱ्यावर तर दिसत नाहीये.''

''प्लीज रेवती, परत तेच नको.'' असं म्हणून तो घरी परतला. तिचं मन उगीचच उदास झालं. तीही घरी आली. हातातला तो बक्षीस मिळालेला पेंटिंगच्या पुस्तकांचा संच तिनं टिपॉयवर आदळला. आज याच्याशी बोलायचंच, असा का वागतो हा! उशीर झाला होता, जेवण झालंच होतं, मग फ्रीजमध्ये कापून ठेवलेलं कलिंगड तिनं दोघांसाठी बाउलमध्ये घेतलं, डायनिंग टेबलवर दोघंही शांतच होती,

म्हणजे ती गप्प होती, त्याचं न बोलणं नेहमीप्रमाणेच.

मागचं सगळं आवरून ती आली. आता जरा निवांत बोलायचंच याच्याशी असं ठरवून आली तर हा शांत झोपलेला, ओठ घट्ट मिटून. त्याच्याकडे बघितलं आणि एखादं खोडकर मूल आईचे धपाटे खाऊन रडतरडत झोपी जावं, गालावर अश्रू तसेच सुकलेले, ते बघून आईला जसं गलबलून येतं तसं तिला झालं. त्या घट्ट मिटलेल्या ओठांना काहीतरी सांगायचंय, पण नाहीच बोलत तो. तिनं त्याच्या अंगावर पांघरूण घातलं, तीही पडली पण डोक्यात विचार चालूच होते. असा कसा हा? चेहऱ्यावर दु:ख, आनंद कसलेच भाव नाहीत. डोळ्यांत पसंती-नापसंतीच्या छटा नाहीत. का हे असं? कशासाठी हे हरवलेपण? इतकं छान व्यक्तिमत्त्व पण ही उदासी सगळ्या व्यक्तिमत्त्वावर दाट सावलीसारखी पसरलीय. -

हे वागणं आजचं नाही, लग्न झाल्यापासून ती बघत होती. हे असंच- भाजीत मीठ कमी झालं तरी बोलायचं नाही की जास्त झालं म्हणून रागवारागवी नाही. 'अरे समीर, भाजीत मीठ कमी झालंय बोलला नाहीस तू!' ती वैतागून म्हणायची.

'हो गं, मी लावून घेतलं, सांगायचं लक्षातच नाही आलं.' ही असली थंड उत्तरं! तिचं अक्षरश: डोकं फिरायचं, रागारागानं दोन-दोन दिवस बोलायचीच नाही, तरीही हा आपला कूल!! मग शेवटी हीच विसरून बोलायची. अण्णा, त्याचे वडील त्यांच्या लग्नाच्या अगोदरच सहा महिने गेले होते, त्याची आई मोठ्या भावाकडे असायची, कधी गेलेच त्यांच्याकडे तर आईच्या पायावर डोके ठेवून हा खूप वेळ नमस्कार करायचा, उठायचाच नाही; सगळे हसायचे. आई शेवटी म्हणायची, 'अरे समीर, पुरे, किती वेळ नमस्कार करतोस.' त्याला काहीतरी हवं असायचं आईकडून पण कधी बोलायचा नाही. कारमध्ये बसला की पहिल्यांदा ते गाणं लावायचा...

भरजरी गं पितांबर दिला फाडून
द्रौपदीसी बंधू शोभे नारायण

प्रेमाचे लक्षण भारी विलक्षण
जैसी ज्याची भक्ती तैसा नारायण

रक्ताच्या नात्याने उमजेना प्रेम
पटली पाहिजे अंतरीची खूण

हे कडवं एकदा, दोनदा, परत परत ऐकायचा. शेवटी ती रागाने म्हणायची, "समीर, किती वेळ ऐकतोस तेच तेच कडवं. कंटाळा कसा येत नाही तुला?"

एकदा त्याच्या मित्राच्या लग्नाला जाणार होते ते, तिनं नवीन घेतलेली जांभळी म्हैसूर सिल्क नेसली. त्यावर मोत्याचा सर. आरशातल्या स्वत:च्याच प्रतिमेवर खूश झाली होती ती. ''समीर साडी चांगली दिसतेय ना? की जास्त भपकेबाज वाटते?''

''नाही वाटत भपकेबाज.''

''पण मला शोभतोय का हा रंग?''

''रंगातलं काही कळत नाही बघ मला.'' बस्स एवढाच संवाद. रिसेप्शनच्या हॉलवर सगळ्यांच्या कौतुकाच्या नजरा झेलताना समीरच्या वागण्याची बोच आणखी तीव्र झाली होती. का हा असा अबोल? काहीतरी मनात आहे पण बोलत नाही, धुमसतो नुसता मनातल्या मनात. त्याच्या दोघी बहिणी, दोघं भाऊ किती भरभरून बोलत असतात, खळखळून हसतात. त्यांची बडबड, एकमेकांमधलं प्रेम, सगळे एकत्र जमले की गप्पांना नुसते उधाण आलेले असते. पण हा नेहमी गप्पच! ती अगदी काकुळतीनं विचारायची, ''समीर, अरे काय आहे तुझ्या मनात? सगळं आहे ना आपल्याकडे, कशाला कमी नाही, मग कसली कमीपणाची भावना आहे तुझ्यात?'' तर नुसतं हसायचा अन् म्हणायचा,

''काय बोलावं कळतच नाही.'' तिला उगीचच वाईट वाटत राहायचं.

आताही तिनं त्याच्याकडे बघितलं, झोपेत ओठ तसेच घट्ट मिटलेले, या घट्ट मिटल्या ओठांच्या आत काय सोसतोय हा? किती बोलतं केलं तरी बोलतच नाही. त्याच्या चेहऱ्याकडे बघून त्याचा थकवा जाणवला, किती पटकन झोपतो हा! सकाळी ऑफिससाठी म्हणून साडेसातला बाहेर पडतो, घरी यायची वेळ ठरलेली नाही. पण कधी कुरकुर नाही. घर सगळ्या सुविधांनी भरलेलं, गेल्याच वर्षी सगळे देश फिरून आले होते ते. नकळत तिनं त्याच्या अंगावरचं पांघरूण नीट केलं मनातल्या भांडणाला मिटवून, जाऊ दे असाच हा, अशी मनाची समजूत घालून. केव्हातरी खूप उशिरा झोप लागली तिला.

मध्यंतरी त्यानं एक छंद लावून घेतला होता, ताईंच्या आश्रमशाळेत जायचा. आश्रमशाळेतली ही मुलं एड्सग्रस्त होती. मुलांची संख्या दीडशेच्या वर होती. त्या मुलांना ताई आईच्या मायेनं सांभाळत होत्या. त्यांचं संगोपन, संवर्धन त्यांना डॉक्टरी उपाय उपलब्ध करून देणं, आश्रम चालवण्यासाठी निधी उपलब्ध करून देणं, सगळ्यांसाठी अपार कष्ट करायच्या, बरं हे सगळं आपला संसार सांभाळून करत होत्या. जी मुलं आपली नाहीत त्यांना मायेची पाखर देणाऱ्या ताई आणि त्यांचं कार्य दोन्ही त्याला आवडायचं. सुट्टीच्या दिवशी तो तिथं जायचा, मुलांच्या सहवासात दिवस घालवायचा, आश्रमाला जास्तीतजास्त आर्थिक मदत करायचा आणि बाहेरूनही निधी मिळवण्यासाठी प्रयत्न करायचा. ताईंविषयी त्याच्या मनात अपार श्रद्धा होती. नोकरीच्या निमित्तानं वेगवेगळ्या शहरांत, देशांत फिरतीवर असला की आवर्जून

आश्रमशाळेतल्या मुलांसाठी खाऊ, खेळणी आणायचा. प्रोजेक्टच्या निमित्तानं बाहेरच्या देशात गेला की तिथे मिळणारा सगळा पगार तो आश्रमासाठीच द्यायचा.

शाळेच्या कामात व्यग्र असलेल्या ताई त्याच्याशी क्वचितच बोलायच्या, त्यांच्या अबोल स्वभावानं तोही आपणहून कधी त्यांच्याशी बोलायला जायचा नाही. आपण बरं की आपलं काम बरं असं असायचं त्याचं. पण ताईंविषयी त्याच्या मनात खूप आदर होता. मध्यंतरी ताई शाळेच्या कामानिमित्त बाहेरच्या देशात गेल्या. त्या परतल्यावर रेवतीला आश्रमशाळेतून एक फोन आला, ताईंनी समीरला भेटायला बोलावले आहे असा निरोप होता. तिला आश्चर्य वाटलं. दोघंही संध्याकाळी भेटायला गेले. ताई वरच्या हॉलमध्ये आहेत असं समजलं; मग दोघंही वरच गेले. ताईंचं हसतमुख, प्रसन्न व्यक्तिमत्त्व बघितलं, की सगळा शीण निघून जायचा! आजही त्यांना भेटल्यावर मन प्रसन्न झालं. दोघंही शांतपणे बसले. ताई बोलत होत्या, ''समीर तू आश्रमशाळेसाठी आणि मुलांसाठी खूप काही केलं आहेस आणि करत असतोस, इथे अनेकजण मदतीचा हात घेऊन येतात, पण त्या सगळ्यांमध्ये तुझा शांतपणा, समंजसपणा, पारदर्शी स्वभाव सगळं मला आवडतं. मी शाळेच्या कामासाठी बाहेर गेले होते, अचानक मला तुझी आठवण झाली. तुझ्यासाठी एक भेटवस्तू आणलीय.'' शांत बसलेल्या समीरच्या चेहऱ्यावरच्या रेषा झरझर बदलत होत्या. डोळ्यांत पाणी जमा व्हायला लागलं होतं, मन सुखावलं होतं. त्याचा आनंद चेहऱ्यावर दिसायला लागला होता. रेवती हे सगळं चकित नजरेनं पाहत होती. समीर ताईंना नमस्कार करण्यासाठी वाकला आणि ताईंनी त्याच्या पाठीवर आईच्या मायेनं हात फिरवला. त्याच्या डोळ्यांच्या कडा पाणावल्या. पुरुष होता तो पण काय होत होतं त्यालाच समजत नव्हतं, लहान मुलासारखे भेट स्वरूपात मिळालेलं ते काळ्या डायलचं घड्याळ हृदयाशी घट्ट धरून, त्याचे डोळे पाझरत होते. ओठांच्या कोपऱ्यात हसू उमटलं होतं. आज नि:शब्द अवयवांचं मौन सुटलं होतं.

गाडीत बसल्यावर तो बोलत होता आवेगानं, भरभरून. आज रेवती त्याला अडवणार नव्हती. आज इतक्या वर्षांनी त्याच्या निर्जीव डोळ्यांत तिनं एक वेगळीच चमक बघितली होती. आज शब्दांच्या धबधब्यात ती न्हाऊन निघणार होती. तो बोलत होता,

''मी आठ वर्षांचा होतो तेव्हा. मला खूपसं नाही आठवत, पण थोडं थोडं आठवतंय. माझ्या कपाळावर गंध, अक्षता लावल्या होत्या, मोत्याच्या माळा बांधल्या होत्या. खूप मोठ्यानं बोलणाऱ्या, जोरात तपकीर ओढणाऱ्या आणि ज्यांच्या आवाजानं मी खूप बिचकायचो त्या मामांच्या मांडीवर मी बसलो होतो. बॅन्डबाजाच्या आवाजात माझ्या आणि दादाच्या गळ्यात फुलांच्या माळा घातल्या होत्या. दागिने घातलेल्या, छान छान साड्या नेसलेल्या आत्या आणि मामी आजूबाजूला

वावरत होत्या. माझे आणि दादाचे गालगुच्चे घेत होत्या. त्यांचे बोलणे कानावर पडत होते, 'काय गोड दिसत आहेत दोन्हीही बटू! हा धाकटा समू तर कसला गुळांबा दिसतोय! शांताक्का, मुंज तुमच्या हातून लागली म्हणजे हा आता तुमचा झाला.' मला तर खूप झोप येत होती. आईच्या कुशीत जाऊन झोपावंसं वाटत होतं. मी झोपेतून डोळे उघडले तर शांताआत्याच्या कुशीत होतो, मी रडायला सुरुवात केली, परत शांताआत्याच आली समजावयाला. ती अशी सारखी जवळजवळ का करत होती समजतच नव्हतं. घरात सगळे माझ्याविषयीच काहीतरी बोलत होते. आजी, नाना, अण्णा आईला समजावत होते, ती सारखी रडत होती.

"सकाळी उठलो तेव्हा मी गाडीत होतो. 'पळती झाडे पाहू या, मामाच्या गावाला जाऊ या' असं म्हणत झाडांना मागं टाकून पुढे पळणारी गाडी लहान मुलांना खूप आवडते, पण माझं त्या पळणाऱ्या झाडांकडे लक्षच नव्हतं, कारण या प्रवासात माझे आई-अण्णा नव्हते. मामा आणि शांताआत्याबरोबर मी कुठंतरी चाललो होतो. कुठं? मी नाही विचारलं आत्याला. मला खूप रडावंसं वाटत होतं, पण मामांकडे लक्ष जाताच मी भिऊन गुडघ्यात डोकं खूपसून बसलो होतो. माझ्या गप्प राहण्याची ती पहिली सुरुवात असावी.

"आम्ही अमरावतीला पोहोचलो. मला तिथल्याच शाळेत घातलं. आई-अण्णांच्या आठवणींनी रात्री उशी भिजायची. पण सकाळी उठलो की, एकदम गप्प गप्प. मला आईकडे जायचं म्हणून आत्याजवळ कधी हट्ट धरला नाही की मामांशी कधी बोलायला धजावलो नाही. ओठ घट्ट मिटून आतल्या आत आवंढे गिळायचो.

"थोडा मोठा झाल्यावर समजलं- शांताआत्याला मूलबाळ नव्हतं, अण्णांच्या पाच बहिणींपैकी ही सर्वांत धाकटी, अण्णांची लाडकी, अण्णांना तिचं दुःख बघवत नव्हतं. मग आजी, नाना आणि अण्णांनीच हा विषय आईजवळ काढला होता. दादाचा जन्म अण्णांच्या लग्नानंतर पाच वर्षांनी, तोही नवस-सायासांनी झालेला होता. तो दोघांचाही जीव की प्राण, खूप लाडका. त्यानंतर मी, माझ्या पाठीवर दोघी बहिणी आणि धाकट्या दिनूचा तर अजून जन्म व्हायचा होता. मग आत्याला द्यायला मीच होतो, आईला खूप समजावल्यावर ती तयार झाली होती, पण सारखी डोळे पुसत होती. मधलं असणं इतकं वाईट असतं हे त्या वेळी समजलं नव्हतं पण त्यानंतर आयुष्यभर हे मधलेपणाचं दुःख मनात बाळगून जगत होतो.

"माझी रवानगी शांताआत्याबरोबर झाली होती. काळ हे सगळ्या गोष्टींवर औषध असतं. आत्या माझ्यावर खूप प्रेम करत होती. ज्याच्याबद्दल खूप भीती वाटायची ते मामाही आता जवळचे वाटायला लागले होते. हळूहळू मी अमरावतीच्या जीवनात रुळत होतो. अचानक एक दिवस खूप ताप भरला. ताप उतरतच नव्हता, तापात मी सारखी आईची आठवण काढायला लागलो. डॉक्टरांकडे जाऊन तपासणी

केल्यावर त्यांनी टॉन्सिल्सचा त्रास असल्याचे सांगितले. मामांनी लगेचच ऑपरेशन करायचा निर्णय घेतला. ऑपरेशन अमरावतीला, आई-अण्णा जळगावला. ऑपरेशनच्या भीतीपेक्षा आता मला आई भेटणार याचाच खूप आनंद झाला होता. मी आईची वाट बघत होतो. आईला मी घट्ट मिठी मारणार होतो. ऑपरेशन टेबलवर जाताना मी 'आई आई' असंच बडबडत होतो. ऑपरेशन छोटंसंच होतं. मी गुंगीतून अपार उत्सुकतेनं डोळे उघडले, मला वाटलं, आई आली असेल, पण नव्हती आली आई!! मामांनी त्यांच्या नेहमीच्या मोठ्या आवाजात मला सांगितलं, 'हे बघ समीर, आई आली नाही म्हणून काय झालं, तुझी आत्या आहे ना तुझ्याजवळ, आत्याचं तुझ्यावर खूप प्रेम आहे.' एवढंच सांगण्याचा हेतू मामांचा असेल पण त्याही पलीकडे, माझं ऑपरेशन होऊनही आई मला भेटायला आली नव्हती, या दु:खाचा ओरखडा मनावर खोल उमटला गेला आणि मी आणखी अबोल झालो. नंतर समजलं, दादाला कांजिण्या झाल्या होत्या; त्यामुळे तिला येता आलं नव्हतं. पण तोपर्यंत त्या ओरखड्याचा व्रण झाला होता.

"मी अमरावतीलाच राहिलो असतो तर आता जो आहे त्यापेक्षा कदाचित वेगळा घडलो असतो. पण नियती नावाची गोष्ट असते ना. मामांची बदली जळगावला झाली. अण्णांनी त्यांच्या प्रेमळ स्वभावाला धरून, आत्याला त्यांच्याच वाड्यात राहायला बोलावलं. यात आत्यावरचं प्रेम तर होतंच पण आपला मुलगा डोळ्यांसमोर राहील हा देखील विचार होता. इंग्रजी सी आकाराचा वाडा, मधल्या खोल्यांमध्ये भाडेकरी आणि समोरासमोर आम्ही आणि आई-अण्णा, माझी भावंडं. मामांच्या मनात काय होतं माहीत नाही पण जळगावला आल्यापासून त्यांनी माझा राहणीमानाचा थाट आणखी वाढवला होता. टेरिकॉटचे नवनवीन कपडे, शाळेत सोडायला सायकल रिक्षा. खरं तर शाळा खूप जवळ होती. माझी सगळी भावंडं पायीच जायची पण मामांच्या स्वभावाला औषध नव्हतं एवढं खरं. मधल्या सुट्टीत आम्ही मुलं घरी यायचो. आत्यानं पोहे नाही तर उपमा करून ठेवलेला असायचा. माझी सगळी भावंडं धावत घरी यायची, धावल्यामुळे त्यांना खूप भूक लागलेली असायची. मग रात्रीच्या पोळ्या, तीळाची चटणी, खाराच्या मिरच्या जोडीला पातीचा कांदा आणि अण्णांनी मुळा आणि त्याचा पालाही स्वच्छ धुवून ठेवलेला असायचा. मी एकटाच जेव्हा घरात कंटाळल्यासारखे मटारपोहे खात असायचो त्यावेळेस ती सगळी एकमेकांशी मस्ती करत, एकमेकांना ढकलत त्या शिळ्या पोळ्यांवर ताव मारत असायची. मध्येच त्यांचे हसण्याचे आवाज, जास्त चटणी घेतल्याबद्दल आरडाओरडा, 'मला मुळा अजून हवाय' म्हणून अण्णांकडे केलेला हट्ट ऐकू यायचा. मलाही त्यांच्यात मिसळून भांडणं करावसं वाटत होतं. चटणीचा, मिरच्यांचा वास मलाही बोलवायचा. मी जरा बाहेर डोकावलो की, मामांचा आवाज मोठा

व्हायचा, 'समीर ते पोहे संपवायचे आणि शाळेत जायचंय. अरे मटार किती महाग होते, पण तुला आवडतात म्हणून आणलेत खास!' हे शेवटचं वाक्य आणखी मोठ्यानं, समोर ऐकू जावं म्हणून. माझे तो थाटमाट बघितला की, सगळी भावंडं माझ्यापासून उगाचच बिचकून लांबलांब राहायची.

"आई एक दिवस येऊन आत्याला म्हणाली, 'शांतावन्स, तो लहान आहे, मुलांमध्ये जेवायला, खेळायला पाठवत जा त्याला; हल्ली खूप उदास दिसतो, आणि बोलत देखील नाही अजिबात, तब्येत तर बरी आहे ना त्याची?' हे सगळं ऐकलं आणि मामांनी दत्तक विधानच करायचं ठरवलं. माझं नाव बदलणार. माझ्या अण्णांच्या जागी मामांचं नाव लागणार? मला जास्तच घुसमटल्यासारखं झालं आणि फणफणून ताप भरला. तापाचं निदान होत नव्हतं आणि ताप उतरतही नव्हता. तापात मी बडबडत होतो, 'अण्णा, आता मी मरून जाणार, मी माझं नावच पुसून टाकणार आहे.' अण्णांनी ते ऐकलं आणि म्हणाले, 'बाळासाहेब, दत्तक देण्याच्या बातमीमुळे त्याने ताप काढलाय, त्याच्या मनावर परिणाम होत असेल तर नका करू दत्तक विधान, असाही आम्ही त्याला तुम्हाला दिलेलाच आहे.' तापातही अण्णांचे ते शब्द ऐकले. माझ्या अण्णांना मिठी मारून मी खूप रडत होतो, त्यांचा पाठीवरून मायेने फिरणारा हात खूप काही सांगून जात होता.

"जळगावच्या घरात असताना घडलेले अनेक प्रसंग माझ्या मनावर परिणाम करत होते. संध्याकाळी मी बाहेरच्या खोलीत गृहपाठ करीत असायचो. ओट्यावर आई बसलेली असायची. मग दादा तिच्याजवळ टिप घालायला सदरा आणि सुई-दोरा आणून द्यायचा. तिच्या गोड आवाजात ती गाणं म्हणायची, मध्येच सदऱ्याला टाके घालायची, मध्येच मांडीवर निजलेल्या दादाच्या केसांमधून हात फिरवायची. मला ते गाणं अजूनही आठवतं-

भरजरी गं पितांबर दिला फाडून
द्रौपदीसी बंधू शोभे नारायण

"मलाही तिच्या मांडीवर डोकं टेकून झोपण्याची इच्छा व्हायची, असंच गाणं म्हणत तिनं माझ्याही केसातून हात फिरवावा असं वाटायचं. एकदा असाच घेऊन गेलो तिच्याकडे शर्ट शिवायला, तिच्याजवळ बसलो आणि हळूच तिच्या मांडीवर डोकं टेकवलं. म्हटलं, 'आई, माझ्यासाठी पण म्हण ना गं ते गाणं, दादासाठी म्हणतेस ते.' एखादीच ओळ म्हटली असेल तिनं, तेवढ्यात मित्रांमध्ये खेळणारा दिनू पडला असं सांगत त्याचे मित्र आले, माझं डोकं खाली ठेवून ती धावत दिनूला बघायला गेली. मी मात्र त्या दगडी ओट्यावर डोकं टेकून निश्चल झालो होतो, त्या

दगडासारखा! मामांच्या नेहमीच्या स्वभावाप्रमाणे त्यांनी मोठमोठ्यानं बोलायला सुरुवात केली, 'समीर, फाटलेला शर्ट घालायचा नाही,' मग आत्याला सूचना, 'तो सदरा बोहारणीला दे आता' आणि त्याच दिवशी माझ्यासाठी दोन नवीन सदरे घरात आले होते.

''मामांनी मला त्यांचं सोन्याचं पेन दिलं होतं वापरायला. कसं कुणास ठाऊक ते हरवलं. मामांना समजल्यावर ते शाळेत आले, मोठमोठ्याने चौकशी करत होते. मला खूपच घाबरल्यासारखं झालं होतं. माझा दंड जोरानं आवळत ते ओरडले, 'कुठं टाकलंस पेन' आणि मग माझ्या गालावर जोरात मारलं. किती थरथर कापत होतो मी तेव्हा! ते भय अजूनही मनात तरळतंय. दादा रोज अण्णांचं पेन पळवायचा, अण्णा त्याला भरपूर रागवायचे, कधीकधी तर बदडून काढायचे, मग तो वाड्यात पळायचा, तरीही दुसऱ्या दिवशी परत त्यानं अण्णांचं पेन घेतलेलं असायचं. मी त्याला विचारायचो, 'दादा, तुला भीती नाही का वाटत अण्णांची?' तो म्हणायचा, 'छे रे! अरे, रागावले तर रागावले.' मी तर ते सोन्याचं पेन हरवल्यापासून मामांच्या कुठल्याच वस्तूला हात लावायला धजावत नव्हतो.''

समीरनं गाडी रस्त्याच्या कडेला थांबवली. सीटवर मागे डोके टेकवून तो बोलतच होता, भरभरून- ''माझ्या आईची चूक होती असं नाही गं, तिच्या पाठीमागे चार मुलांचा व्याप होता, घरात सततचे पाहुणे, नणंदांची बाळंतपणं; या सगळ्या व्यापात ती इतकी मग्न असायची. तिला वाटायचं, मी शांताआत्याकडे किती सुखात आहे. मीच वेडा तिच्या सहवासासाठी आसुसलेला असायचो. रेवती, आता घडलेले ते दोन प्रसंग-

''मी एका प्रोजेक्टसाठी कोईमतूरला तीन महिन्यांसाठी जाणार होतो, नुकतंच सायलीचं लग्न झालेलं, तिच्या जाण्याने खूप मोठी पोकळी निर्माण झाली होती. त्यात मीही बाहेर जाणार, तू एकटीच राहणार. मला तर काहीच सुचत नव्हतं. आईला किती विनवलं, ये गं राहायला, पण नाही आली. आणि सर्वांत मोठा सल, माझ्या मनातून न जाणारा; सायली डॉक्टर झाली, माझ्या आयुष्यातलं एक स्वप्न पूर्ण झालं, घरातली पहिली डॉक्टर! आभाळाला हात टेकल्यासारखे झाले होते. तिनं दवाखाना काढला, दवाखान्याच्या उद्घाटनाला सगळ्यांना बोलावलं, पण गणपती जवळ आलेत म्हणून दादा सोडून नाही आलं कुणी. आईला तर किती विनवण्या केल्या- अगं, आपल्या गाडीनं जात आहोत, सकाळी जाऊन रात्री परत यायचं, चल गं, पण प्रवास झेपणार नाही म्हणून नाही आली. खूप वाईट वाटलं. इतका आनंदाचा क्षण, पण फक्त तू आणि मी दोघंच होतो. तरीही मनाची समजूत घातली, खरंच झेपत नसेल तिला प्रवास; पण तीच आई दादाच्या मुलांची घरं बघायला, दिनूच्या वास्तुशांतीला, बहिणींबरोबरच्या ट्रिपला सगळीकडे जातेय असं

दिसतं तेव्हा तिच्या न येण्याचा सल टोचतच राहतो, आणखी घट्ट होत जातो. माझे शब्द आणखी हरवत जातात.

"माझी कुणाविषयीच तक्रार नाही. आत्याला मूल नव्हतं, तिनं मला एखाद्या अनमोल वस्तूसारखं सांभाळलं, तिला मी म्हणजे जपून ठेवण्यासारखी वस्तू वाटत होतो. आपण रागावलो आणि हा आईकडे निघून गेला तर... या धास्तीनं ती माझा सांभाळ करत होती. मग मुलांना वाढवण्यात जी नैसर्गिकता असते- त्या मुलाच्या यशाचं कौतुक, प्रसंगी त्याच्या चुका खंबीरपणे दाखवून वेळ पडली तर चार धपाटे घालायचे असं काही घडलंच नाही माझ्या बाबतीत. मला एखाद्या शो-पीससारखं वाढवलं गेलं असंच वाटतं मला. आईला तर वाटायचं माझा समीर आत्याकडे किती मजेत राहतोय.

"लग्नानंतरचा तो दीड खोलीतला संसार, त्यात मामांची अधिकार गाजवण्याची वृत्ती, तुझा महत्त्वाकांक्षी स्वभाव, त्यातून उद्भवणारे असंख्य वादविवाद! कदाचित त्यांना वाड्यातलं घर सोडायला सांगितलं नसतं तर नसते आले ते मुंबईला, त्यांना राहायला घर नव्हतं, माझ्याशिवाय कोण होतं त्यांना, म्हणून आले ते मुंबईत. जागेअभावी होणाऱ्या वादविवादात ना आपण लग्नानंतरचं आयुष्य मनमोकळेपणानं जगू शकलो, ना त्यांना सांभाळण्याचं कर्तव्य मी पूर्ण करू शकलो. का कुणास ठाऊक सगळ्या बाजूंनी अपुरा, अर्धा भासणारा मी!

"खूप प्रसन्न हसणारी, लांब केसांची वेणी घालणारी, गोड आवाजात गाणी म्हणणारी माझी आई! तिचा हात माझ्या पाठीवर मायेनं फिरावा म्हणून मी तिला किती वेळ नमस्कार करायचो, तुम्ही सगळे हसायचा मला! माझ्यावर जीव तोडून प्रेम करणारी माझी आत्या! किंचित स्वार्थी. आपण समीरचा सांभाळ करतोय, मग वाड्यातले हे घर आपल्याला मिळायला काय हरकत आहे किंवा समीर आपली म्हातारपणाची काठी होईल, अशा विचारांचे मामा! माझे भोळेभाबडे प्रेमळ अण्णा! सगळेजण आपापल्या जागी बरोबरच होते. मलाच काय झालं होतं समजत नव्हतं, पण माझी घुसमट होत होती एवढं मात्र खरं.

"सहवासाचं प्रेम आईकडून मिळालं नाही म्हणून माझ्या मनाचा इतका कोंडमारा झाला. ज्यांना आई-वडिलांचं छत्रच नाही आणि ते हिरावलं जातानाही एक भयानक व्याधी देऊन या अफाट जगात त्यांना एकटं सोडून जाणारे त्यांचे आई-वडील. समोर उभा ठाकलेला त्यांचा मृत्यू त्या जीवांना माहीत आहे. बालपण हरवलेली ती मुलं आणि त्यांच्यावर आईच्या मायेची पाखर घालणाऱ्या ताई! सगळ्यांची माउली! त्यांनी दिलेल्या भेटवस्तूनं, त्यांच्या मायेच्या स्पर्शानं आज ईश्वरी स्पर्शाचा अनुभव मिळाला. मी त्या मुलांना आधार देणार आहे, त्यांच्यासाठी खूप काही करायची इच्छा आहे. त्यांचं शिक्षण, त्यांचं संगोपन, त्यासाठी लागणारा निधी सगळ्यात

मला सहभागी व्हायचंय, प्रोजेक्टच्या निमित्तानं मिळणारा अतिरिक्त पैसा या मुलांच्या कल्याणासाठीच वापरायचा आहे, त्यांच्यासाठी वाचनालय, त्यासाठीची चांगली वाचनीय पुस्तकं, संगणकाचं शिक्षण, त्यासाठी लागणारे संगणक. मनामध्ये खूप कल्पना आहेत. त्या प्रत्यक्षात आणण्यासाठी, रेवती, मला तुझी साथ हवी आहे, खूप बोलावंसं वाटतं पण शब्दच हरवलेले असतात. मला समजून घे, प्लीज!''

आयुष्याच्या पटावर जमा झालेले काळे ढग केव्हाच विरले होते. रेवती समीरच्या पाठीवरून हात फिरवत होती, आज एका नि:शब्द अवस्थेचं मौन सुटलं या आनंदात!

◆

(मी मराठी डॉट नेट व मायबोली डॉट कॉमवर प्रसिद्ध)

श्यामची आजी

आज मी सगळं आवरून जळगावला निघालो होतो. मी घेतलेला निर्णय चूक की बरोबर कळत नव्हतं. कल्याण स्थानकावर उभं राहून आम्ही सेवाग्राम एक्स्प्रेसची वाट पाहत होतो. मन मात्र गेल्या अनेक वर्षांत मुंबईत अनुभवलेलं रंगीबेरंगी आयुष्य आठवत होतं. मुळातच आयुष्यातला क्षण न् क्षण वेचून घ्यायचा, जे काही अनुभवायचं, उपभोगायचं ते 'सर्वोत्तम'च असावं असा आग्रही स्वभाव! डोंबिवलीतल्या त्या छोट्याशा दोन खोल्यांच्या घरात जे काही जमवलं होतं ते सगळं अप्रतिम! त्या काळात म्हणजे ८०-८२ चा काळ. कुणाकडेही डायनिंग टेबल नसायचं. पण मी, राधिका आणि शार्दुल डायनिंग टेबलावरच जेवायचो. नाजूक काचांची पांढरी शो-केस, त्यामध्ये सर्वोत्कृष्ट कंपनीचा ओनिडाचा टीव्ही, गोदरेजचं स्टीलचं कपाट, डोंबिवली तसं मुंबईपासून लांब, तरीही मेट्रो, एरॉस, मराठा-मंदिर, नॉव्हेल्टीला बघितलेले सिनेमे!! राधिकेला साड्या घेणं हा माझा आणखी एक आवडता छंद. मुंबईच्या दुकानांमध्ये, नवीन ज्या ज्या साड्या असायच्या त्या सगळ्या साड्या मी राधिकेला आणायचो. मुंबईतल्या बँकेतली नोकरी, तिथल्या सगळ्यांशी असलेले चांगले संबंध, तिथलं मानाचं जीवन; मी आणि राधिकेनं उभारलेला हौसेचा संसार सगळं सोडून मी निघालो होतो, जळगावला!

८० साली आप्पा गेले, तेव्हा आई अवघी ५२ वर्षांची होती. सगळे विधी आटोपून आईला एकटं सोडून येताना वाईट वाटत होतं. धाकटा दिनू तिच्याजवळ सोबतीला आहे याचा दिलासा वाटत होता. आम्ही तिघं भाऊ आणि दोन बहिणी, पैकी मी आणि मधला डोंबिवलीत तर दोघी बहिणीही लग्न होऊन डोंबिवलीतच! आता धाकट्यालाही मुंबईत नोकरी लागली, मग आईला एकटं कसं सोडायचं या विचारानं मी बँकेत बदलीसाठी अर्ज दिला. तो मंजूर झाला आणि जळगावजवळच्या 'किन्ही' या गावी बदली मिळाली आणि मी निघालो होतो जळगावला. डोंबिवलीचं

घर बंद करून, फक्त कपड्यांच्या चार बॅगांसह- मनाच्या संभ्रमावस्थेत! मुंबईच्या मोठ्या दुनियेतून एका छोट्या शहरात. माझं बालपण सगळं जळगावातलंच, शिक्षणही तिथंच झालेलं. तिथल्या मातीतच माझं बीज रुजलेलं! तरीपण आता तिथं करमेल ना? राधिकेचं बालपण, तरुणपणाचा बराचसा काळ कल्याण - डोंबिवलीच्या परिसरात गेलेला, तिला जळगाव आवडेल का? या सगळ्या मानसिक आंदोलनांना मी मनाच्या कप्प्यात बंद केलं.

जळगावला पोहोचलो तर तिथलं 'अंगण' आणि 'आई' आमची वाटच बघत होते. बॅगा ठेवल्या, अंघोळी केल्या आणि आईच्या हातचं गरमगरम जेवलो. खूप दमलो होतो म्हणून ठरवलं मस्त झोपायचं, सकाळी जाग आली तरी चांगलं नऊ, दहा वाजेपर्यंत लोळत पडायचं पण सकाळी जाग आली ती आईच्या गोड आवाजातल्या गोपाळकृष्णाच्या आरतीनं. 'अरे माझ्या गोपालकृष्णा करीन तुलाच आरती' आणि मी उठून बाहेर ओट्यावर आलो तर आईनं ओटा आणि खालचे अंगण लांबपर्यंत झाडून, सडा घातला होता. ओट्यावर रांगोळी काढली होती. तिची अंघोळ झाली होती आणि देवाजवळ निरांजन लावून ती आरती म्हणत होती. आईनं आरती संपवली आणि म्हणाली, ''श्याम दात घास, मी चहा ठेवते.''

''अगं पण तू इतक्या लवकर का उठलीस?''

''अरे कार्तिक महिना ना हा! कार्तिक स्नान आणि काकडा चालू आहे.'' जळगावच्या दिवसाची सुरुवात अशा मंगलमय वातावरणानं झाली.

डोंबिवलीचं दोन खोल्यांचं घर आणि इथला प्रशस्त वाडा. आमच्या नानांनी म्हणजे माझ्या आजोबांनी स्वतःच्या देखरेखीखाली बांधलेला. त्या काळात ते सिव्हिल मिस्त्री म्हणून काम करायचे म्हणजे आजच्या काळातले सिव्हिल इंजिनिअरच. इतका छान, भरवस्तीतला, रेल्वे स्टेशनला लागून असलेला आमचा हा वाडा. थोडासा उंचावर बांधलेला; मध्ये दोन, आजूबाजूला दोन-दोन, अशा सहा खोल्यांचा इंग्रजी 'सी' आकाराचा, समोर प्रशस्त ओटा, मधल्या दोन खोल्यांच्या समोरून उतरायला तीन मोठ्या पायऱ्या. मधल्या खोल्यांच्या आजूबाजूला दोन प्रशस्त वाडे, त्यातल्या एका वाड्यात मोठी बाथरूम आणि टॉयलेट, मधल्या खोल्यांच्या पाठीमागून दोन्ही वाड्यांना जोडणारा बोळ, वर प्रशस्त गच्ची, बाथरूम असलेल्या वाड्यातून जाण्यासाठी जिना, त्या जिन्यातच आईनं तुळशीचं रोप लावलं होतं, त्या समोर काढलेली रांगोळी आणि संध्याकाळी लागणारी पणती. मन प्रसन्न झालं होतं. घेतलेला निर्णय चुकीचा नसावा असं वाटत होतं, पण राधिकाचा आणि आईचा स्वभाव जुळणं ही एक काळजी होतीच मनात. संसार म्हटला की, थोड्या कुरबुरी चालणारच, त्याकडे लक्ष द्यायचं नाही, आईची सेवा करायची; राधिकालाही जपायचं. बस्स! हे ठरवलं आणि मन शांत झालं.

बँकेत रुजू व्हायला आठ दिवस होते, मग जळगावचा भाजीबाजार फिर, साड्यांची दुकानं बघ, सिनेमागृहातले सगळे सिनेमा बघून झाले. 'मनोहर साडियाँ'च्या तर मी प्रेमातच पडलो. त्या दुकानाचे मालक माझे चांगले मित्र झाले. साड्यांच्या प्रांतातला मी किती दर्दी माणूस आहे हे मग त्यांनाही समजले. हापूस आंब्याच्या पेट्या ठेवणारे आंबेवाले जोशीही घनिष्ठ मित्र झाले.

'किन्ही'ला मी रुजू झालो. सकाळी महाराष्ट्र एक्सप्रेसने भुसावळला आणि भुसावळहून बसने किन्हीला. गाडीत अशी अप-डाउन करणारी मंडळी बरीच होती. त्यात धाकट्या वहिनीचा म्हणजे धाकट्या भावाच्या बायकोचा भाऊही असायचा. आम्ही गप्पांच्या ओघात छान मैत्रीच्या धाग्यात बांधले गेलो. किन्ही तसे खेडेगाव. मी, माझा सहकारी राजे आणि आमचा शिपाई हरीश. आमची टीम छान जमली. सकाळी साडेआठला निघायचं, रात्री सातला परतायचं. राधिकाचा स्वयंपाक तयारच असायचा. नऊच्या आत जेवण आणि आणि दहाच्या आत आम्ही झोपलेले असायचो, जे मुंबईच्या जीवनात कधीच शक्य झालं नव्हतं.

किन्हीला तीन वर्षे मजेत गेली, मग प्रमोशनचे वारे वाहू लागले. हातात येणारा पगार थोडासा अपुरा पडत होता. बाजूच्या दोन खोल्या भाड्याने दिल्या होत्या, त्याचं भाडं आणि आईचं पेन्शन घरात वापरलं जात होतं; त्यामुळे भावाची, बहिणींची बोलणी कानावर येत होती. पण मी मनाने प्रामाणिक होतो. मी घरात बऱ्याच सुधारणा केल्या होत्या, घरात गॅसपासून सगळ्या वस्तू आल्या होत्या. आईला मी फुलासारखं जपत होतो.

प्रमोशनसाठी डिपार्टमेंटची परीक्षा दिली, पास झालो. खूप आनंद झाला. आता ऑफिसरची पोस्ट, पगार वाढणार या आनंदात बदलीची टांगती तलवार विसरलोच होतो आणि त्या दिवशी ऑर्डर आली. माझी बदली झाली होती, अमरावतीला. इथली सगळी सुखं सोडून अमरावतीला जायचं? प्रमोशनचा आनंद पार मावळला, पण जावं लागणार होतं. आई, राधिका, शार्दुल, मानस- हो इथल्या तीन वर्षांच्या वास्तव्यात मानसचं आगमन झालं होतं. सगळ्यांना सोडून जाताना मन अगदी जड झालं होतं.

मी अमरावतीला उतरलो तेव्हा अकरा वाजले होते. आमची उतरण्याची व्यवस्था हॉटेलमध्येच केली होती. दोन गोष्टींची सोय करायची होती. घरगुती जेवण आणि राहण्यासाठी घर. हॉटेलवर सामान ठेवलं आणि फ्रेश होऊन मी बाहेर पडलो. चालताना बैठी घरं लागत होती, एका घरावर 'भागवत' नाव वाचलं आणि बेल वाजवली. दरवाजा उघडला, समोर एक काका होते, त्यांना विचारलं, "आमच्याकडेच ही व्यवस्था होईल, आतापण जेवण तयार आहे, तुमचं जेवण व्हायचं असेल तर हातपाय धुवून या." मी घड्याळात बघितलं तर साडेबारा वाजले होते. खूप भूक

लागली होती, मनातल्या मनात देवाचे आभार मानले. जेवताजेवताच त्यांना म्हटलं, ''इथे राहण्यासाठी खोली मिळेल का? एकटाच आहे; त्यामुळे मोठा फ्लॅट नको, फक्त स्वतंत्र बाथरूम वगैरे असावी.''

ते म्हणाले, ''इथून चार घरं सोडून जे घर आहे, 'पराडकरांचं' तिथं जा, त्या आजींना माझं नाव सांगा, कदाचित मिळेल तुम्हाला घर.'' जेवून बाहेर पडलो, भागवत काकांनी सांगितलेल्या घराजवळ आलो, बेल वाजवली. दार उघडलं गेलं. दरवाज्यात ९० ते ९२ वर्षांच्या आजी उभ्या होत्या. मी म्हटलं, ''आजी, भागवतांनी पाठवलंय, खोली भाड्याने मिळेल का?'' त्यांनी मला खालून वर शांतपणे न्याहाळलं, मग म्हणाल्या, ''आत या.'' आवाज थोडा कणखर आणि करारी वाटत होता, त्यांनी पाणी दिलं. मी म्हटलं, ''आताच भागवतांकडे जेवण करून आलोय.''

''ठीक आहे, मग आत जा आणि खोली बघून या.'' त्यांनी दाखवलेल्या दिशेनं मी आत गेलो, खोली बघितली. मस्तच होती प्रशस्त. एक कॉट, पंखा, भिंतीतलं कपाट, मागच्या बाजूनं उघडणाऱ्या दरवाज्यासमोर वाडा होता. वाड्यात मोगरा, चमेली, जास्वंद, पपईची झाडं बहरून आली होती. वाड्याच्या डाव्या टोकाला बाथरूम आणि टॉयलेट. व्वा क्या बात है!! जशी हवी होती तशी खोली मिळाली, मला खूपच आनंद झाला. आजी म्हणाल्या, ''आवडली का खोली? आवडली असेल तर तीनशे रुपये भाडं आणि एक महिन्याचा ॲडव्हान्स म्हणजे सहाशे रुपये द्यायचे तुम्ही.''

मी म्हटलं, ''आजी खोली खूप आवडली, हे अठराशे रुपये, सहा महिन्यांचं भाडं ॲडव्हान्स म्हणून देत आहे.'' त्यातले फक्त सहाशेच रुपये घेत त्या म्हणाल्या, ''मी फक्त एकाच महिन्याचे भाडे ॲडव्हान्स म्हणून घेते. बरं, चहा घेणार का?''

''हो चालेल; पण दूध, साखर कमी, थोडा स्ट्राँग...'' त्यानंतर जो चहा हातात आला तो निव्वळ अप्रतिम होता. आलं घालून आणखी छान केलेला. मी आजींना म्हटलं, ''माझी सोय तशी हॉटेलमध्ये आहे, पण मी आजपासूनच येऊ का राहायला?''

''या की'' त्या म्हणाल्या.

सामान आणलं, थोडा फ्रेश झालो. झब्बा-पायजमा घातला आणि कॉटवर पडून पुस्तक वाचत होतो. इथे येताना गेले चार-पाच दिवस जो तयारीचा शीण आला होता तो काढायचा, मस्त झोपायचं ठरवलं. सकाळी अगदी पहाटेच जाग आली ती दुर्गासप्तशतीतील स्तोत्राने; 'नमस्तस्यै, नमस्तस्यै, नमस्तस्यै, नमो नम:' आवाज कणखर होता, पण त्यात एक लय होती, गोडवा होता. पहाटेचे पाच वाजले होते.

मी पटकन उठलो आणि देवघरात आलो. आजी पूजा करत होत्या. त्यांच्या मागे चटई घेऊन बसलो. मी आल्याची त्यांना चाहूल लागली, वाचन संपल्यावर पाठीमागे वळून त्या म्हणाल्या, "तुम्ही दात घासून, अंघोळ आटोपून या." मला वाटलं, माझं असं पारोशानं देवघरात येणं त्यांना आवडलं नसावं. मी पटकन उठलो, अंघोळ करून देवाला नमस्कार करायला देवघरात आलो. त्यांचं वाचन संपवून त्या उठल्या आणि माझ्यासाठी चहा टाकला. पुन्हा त्याच चवीचा गरम चहा; त्याबरोबर डिशमध्ये पाच-सहा बिस्किटं, मी म्हटलं, "आजी चहा झकास झालाय, पण बिस्किटं नकोत." तर म्हणाल्या,

"अहो तुमच्यासारख्या तरुण माणसांनी खायलाच हवं, घ्या ती बिस्किटं," त्यांच्या अधिकारवाणीनं बोलण्याची गंमतच वाटली मला, मग मी न बोलता सगळी बिस्किटं संपवली.

दोन दिवसांतच त्यांचा दिनक्रम माझ्या लक्षात आला. त्या सकाळी लवकर उठायच्या, सकाळचे केरवारे, अंघोळ करून पूजेला बसायच्या; सगळी स्तोत्रं म्हणत पूजा करायच्या. पूजा झाली की, सप्तशतीचा पाठ वाचायच्या. आठ वाजता ओचा- पदर झटकून, पातळ नीट करून आंबामातेच्या दर्शनाला निघायच्या. एकट्याच! वय वर्षे ९२! मग आल्या की थोडी विश्रांती घेऊन स्वयंपाक करायच्या. त्यांच्या स्वयंपाकाची पण गंमतच! सगळा स्वयंपाक करून ओटा आवरून झाला की एक ताट-वाटी घ्यायच्या, त्या ताटात सगळं वाढायच्या- आमटी, भाजी, तीन पोळ्या, भात, भातावर आमटी वाढून त्यावर तूपही वाढायच्या, त्यावर परत एक ताट झाकून ठेवायच्या, त्यावर एक पांढरा रुमाल घालायच्या. त्या स्वत: मात्र अगदी मोजकेच म्हणजे अर्धी किंवा पाऊण पोळी, थोडीशी भाजी, आमटी आणि भात इतकंच जेवत होत्या. एक दिवस न राहवून मी त्यांना विचारलं देखील, "आजी तुम्ही तर इतकं थोडं जेवता, मग कशाला एवढं करत बसता? आणि हे ताट कुणासाठी वाढून ठेवता?"

"ती सखुबाई येते ना कामाला, तिच्यासाठी." मी अवाकच झालो. मोलकरणीसाठी प्रथम असं ताजं ताट वाढायचं!! पुन्हा भातावर साजूक तूपसुद्धा! आपण मात्र उरलेलं शिळंसुद्धा जास्तीतजास्त स्वत:च खायचं आणि त्यातूनही उरलं तर मोलकरणीला द्यायचं, तेही उपकार केल्यासारखं. मग त्या दिवशी हमखास दोन मोठे डबे घासून घ्यायचे, अशी आमची वृत्ती!

माझ्या जॉइनिंगच्या सुट्टीत जळगावला जाऊन आल्यावर माझ्या अमरावतीच्या जीवनाला खरी सुरुवात झाली. आजींची दिनचर्या मला फार आवडली. मीही त्यांच्याबरोबर लवकर उठायचं असा निश्चय केला. तिकडे लवकर उठून आईला मदत करायचो. आता इकडे आजींना करू या. मनाशी निश्चित ठरवलं, सकाळी

उठून घर झाडायचं. त्यांच्या पूजेची फुलं काढून द्यायची, पाणी भरायचं आणि त्यांचा हात धरून त्यांना आंबामातेच्या दर्शनाला घेऊन जायचं. त्या मंदिरातून सव्वानऊपर्यंत यायच्या. माझी बँकेची वेळ होती दहाची. म्हणजे मी आरामात बँकेत पोहोचणार होतो. हे सगळं मनाशी ठरवलं आणि चांगला संकल्प केला, या विचारानं खूप बरं वाटलं आणि शांत झोप लागली.

दुसऱ्या दिवशी जरा जास्तच लवकर उठलो. झाडण्यासाठी कुंचा हातात घेतला आणि आजींना सांगितलं, "आजी आजपासून सगळं घर मी झाडून देणार." त्या आल्या, माझ्या हातातला कुंचा काढून घेत म्हणाल्या, "मला माझ्या हातानं स्वच्छ झाडलेलं आवडतं."

"अहो, मी पण स्वच्छच झाडेन की, तेवढीच मदत तुम्हाला." मी म्हणालो.

"नको." त्यांचा कणखर आवाज. मला थोडं वाईट वाटलं. ठीक आहे. अंघोळ करून पाणी भरू या आणि पूजेची फुलं काढून देऊ या. पाणी भरायला गेलो तर म्हणाल्या, "जोशी, मी पाणी सोवळ्यात भरते." आता मात्र मला रागच आला. कसलं सोवळं, तेही आताच्या काळात? मी तर चांगली स्वच्छ अंघोळ करूनच आलोय ना? यांची अजून काय सोवळ्यातली अंघोळ? "आजी, आता फुलं तरी काढून देऊ की नको?"

"तुम्ही गरम चहा घ्या बरं आधी," म्हणजे त्यांना मला कुठलंही काम करू द्यायचं नव्हतं. मनात म्हटलं, जाऊ दे आंबामातेच्या दर्शनाला तरी हात धरून घेऊन जाऊ या. आठ वाजता त्या निघाल्या, तसा मी पण तयार होऊन निघालो. त्यांना म्हटलं, "आजी इतक्या रहदारीच्या रस्त्यातून पायी जाता, मी रोज हाताला धरून नेत जाईन तुम्हाला."

तर म्हणाल्या, "अहो रोज ती आंबामाता येते मला घ्यायला, तुमचा हात धरला तर तिचा हात सुटेल की माझ्या हातातून" असं म्हणत एकट्याच निघून गेल्या. आता मात्र मला खूपच राग आला. काय विचित्र आणि हट्टी स्वभाव! एवढ्या मोठ्या घरात त्या एकट्या राहत होत्या त्याचं कारण समजलं. नक्कीच मुलं, सुना, नातवंडं असणार, पण हा असा हट्टी स्वभाव, कोण जमवून घेणार यांच्याशी? हे एकटेपण स्वत:च्या स्वभावानंच ओढवून घेतलेलं दिसतंय. पण तरीही मला त्यांच्या घरात राहणं खूप आवडलं होतं. त्यांची स्वच्छता, देवपूजा, देवावरची श्रद्धा, सगळं आवडलं होतं.

दिवाळी जवळ आली होती. आता घरी परत जायचे वेध लागले होते, तरी एक आठवडा होता. एक दिवस म्हणाल्या, "जोशी हे अकराशे रुपये देते, तीनशे रुपयांपर्यंत दोन साड्या आणि पाचशेपर्यंत शर्ट-पॅन्टचं कापड आणून द्याल का?"

मी म्हटलं, “व्वा आजी, आज सूर्य पश्चिमेला उगवलेला दिसतोय. तुम्ही मला काम सांगितलं?”

तर म्हणाल्या, “त्या कपड्यातलं मला काही कळत नाही बघा, तुमच्या आवडीचे रंग आणा, फक्त ते अगदी इंग्रजी रंग नकोत.” मग आणलेल्या साड्या आणि शर्टपीस त्यांना दाखवत होतो, तर म्हणाल्या, “छान आणल्यात साड्या, बायको खूश असेल हो तुमच्या निवडीवर.” त्या दिवशी खूप खपून फराळाचे पदार्थ केलेले दिसत होते. मी म्हटलं, “आजी एकट्याच तर असता, हे एवढं फराळाचं करायचं, किती दमायला होतं, कशाला एवढी दगदग करायची?”

तर म्हणाल्या, “एकटी कुठे? माझा गोपाळांचा मेळा आहे ना, ती सखुबाई आपल्याकडे भांडी घासायला येते ती, समोरचा रस्ता झाडणारी जनी आणि घरोघरी पत्रं वाटणारा नामदेव पोस्टमन आणि तुमच्या मुलांनाही देऊ या की फराळाचं!” त्या नामदेव पोस्टमननं कधी पत्र टाकल्याचं मला तरी आठवत नव्हतं. वरवर कडक, हट्टी वाटणाऱ्या, त्यांचं अंत:करण किती मऊ होतं याचा अनुभव मी पदोपदी घेत होतो. साड्या आणि कपडे बघताबघता, अगदी हरवल्यासारख्या गप्पा मारत होत्या. अचानक माजघरात गेल्या अन् हातात एक फ्रेम केलेला फोटो घेऊन आल्या, त्यावर बॅटरीवर चालणारा दिवा होता, तो दिवा त्यांनी हातात घेतला होता. बघितलं तर चमकी लावलेलं गडद निळं झबलं घातलेला बालकृष्णाचा फोटो होता.

रांगणारा, त्याच्या बाजूला एक छोटासा माठ, त्यातून लोणी बाहेर आलेलं, अन् त्या बालकृष्णाच्या ओठांनाही लागलेलं लोणी, खोडकर, खट्याळ चेहऱ्याचा तो बालकृष्ण! मला म्हणाल्या, “जोशी हा बघा, लब्बाड! माझ्याकडे बघून हसतो, बोलतो माझ्याशी! तुमचं नाव काय म्हणालात?”

मी म्हटलं, “आजी, घरात मला सगळे श्याम म्हणतात.”

“अरे वा! मग मी पण आजपासून तुम्हाला श्याम म्हणत जाऊ का? नाहीतर बालकृष्ण.” थोडंसं त्या फोटोकडे बघत, थोडंसं माझ्याशी असं काहीतरी नादात बोलत होत्या.

मी म्हटलं, “आजी, मला तर फार आवडेल तुम्ही मला श्याम म्हटलं तर...” आणि त्या दिवसापासून त्या मला श्याम म्हणायला लागल्या. एक दिवस म्हटलं, “आजी, तुम्ही मला रोज छान चहा करून देता, शिवाय बिस्किटंही असतातच, मी वेगळे पैसे देत जाईन याचे.” तर तरतरा आत गेल्या, हातात तीनशे रुपये होते, माझ्या हातात देत म्हणाल्या, “हे घे तुझे एक महिन्याचे भाडे आणि खोली रिकामी कर प्रथम.” मनात खूप खजील झालो आणि पुन्हा असं काही बोललो नाही.

त्या दिवशी बँकेतून घरी आलो तर स्वयंपाकघरात गॅसवर एक पातेलं ठेवलं

होतं, त्यावर झाकण होतं आणि पाणी उकळण्याचा ‘खळखळ’ असा आवाज येत होता. माझी चाहूल लागल्यावर म्हणाल्या, “श्याम, अंघोळ करून ये, मी गोडाचा शिरा केलाय, तो देते खायला.”

मी म्हटलं, “हे पातेल्यात काय ठेवलंय उकळायला?”

तर म्हणाल्या, “अरे त्या मोठ्या पातेल्यात पाणी ठेवून, त्या छोट्या पातेल्यात शिरा गरम करतेय.”

“अहो, पण कढईत करायचा ना.”

“अरे करपेल ना मग.” मग तो वाफाळलेला, साजूक तुपातला गरमगरम शिरा! त्यावर पेरलेले काजू-बदामाचे काप! मी म्हटलं, “आजी शिरा अप्रतिम झालाय, पण आज काय विशेष?”

“आज सखुबाईच्या मुलाचा वाढदिवस होता. म्हटलं, तुझ्यासाठी पण ठेवावा.”

“आजी, शिरा तर मला आवडतोच पण मला पुरणपोळी, बासुंदी, श्रीखंड, गुलाबजाम सगळेच गोड पदार्थ खूप आवडतात.”

“मग श्याम आपण असं करू या तुझं नाव आजपासून ‘गोड्या’ ठेवू या!! मी तुला ‘गोड्या’ म्हणूनच हाक मारत जाईन.” त्या दिवसापासून आजी आवर्जून माझ्यासाठी गोड पदार्थ ठेवायला लागल्या, कधी घरी बनवलेलं श्रीखंड, पुरणपोळी, कधी बासुंदी तर कधी गुलाबजाम.

अमरावतीच्या बँकेत रुजू झालो त्यावेळेस मी होतो बँकेतला एक जबाबदार ऑफिसर ‘जोशी!’ पण ‘जोशी’ ते ‘श्याम’ आणि ‘श्याम’ ते ‘गोड्या’ हा प्रवास कधी झाला कळलेच नाही. त्यांनी मला ‘गोड्या’ हाक मारली आणि क्षणभर ‘मी माझ्या जळगावच्या ओट्यावर नुसता हुंदडतोय आणि नाना, आजी मला घरातून जोरात दटावताहेत किंवा एक क्षणभर माझ्या आजोळच्या नगरच्या वाड्यात विट्टी-दांडूचा खेळ खेळतोय आणि आईचे दादा आणि नानी रागावताहेत, ‘अरे, काय दंगा चाललाय म्हणून’ असा भास झाला. मी पण त्यांना आजीच्या ऐवजी ‘आज्जी’ म्हणायला लागलो. या आजीतल्या ‘जी’ला आणखी एक ‘ज’ जोडला की आजी-नातवंडाचं नातं अधिकच लडिवाळ, अधिकच मृदू-मुलायम होत जातं. आज्जींच्या हातचं गोड खायचं, कधीतरी त्यांना प्रेमानं रागवायचं, रोज ‘ज्ञानेश्वरी’ आणि ‘दासबोधाचा’ एक अध्याय वाचायचा. त्यावर मी खूप बडबड करायचो; त्या मात्र सगळ्याचा अर्थ नीट शांतपणे समजावून सांगायच्या, इतके सुंदर क्षण! अनमोल असे!

आज धनत्रयोदशी, रात्री उशिराच्या गाडीनं मी जळगावला जाणार होतो. संध्याकाळी बँकेतून घरी आलो तर किराणा माल भरून येतो त्या पिशव्या धुऊन-पुसून नीट ठेवलेल्या असायच्या, त्या पिशव्या आणि फराळाचे डबे काढून बसल्या

होत्या. सगळं फराळाचं नीट वेगवेगळ्या पिशव्यांमध्ये भरलं. या सखुबाईंसाठी, या जनीसाठी, या नामदेवासाठी आणि या तुझ्या मुलांसाठी. अगदी मोजकं स्वत:साठी ठेवत त्यांनी सगळे फराळाचे डबे रिकामे केले. मी चकित होऊन सगळं बघत होतो. मग देवाजवळ दिवा लावला, एक विझलेली काडी घेऊन, ती दिव्यावर पेटवून पणत्या लावत होत्या. ती काडी विझायची, त्या परत पेटवायच्या. परत विझायची, परत पेटवायच्या. खूप वेळ त्यांची ही खटपट चालली होती. मला अस्सा राग आला; म्हटलं, ''आज्जी, तुमचं गणित काही कळत नाही मला! हे एवढं सगळं फराळाचं करून वाटत बसायचं आणि दोन काड्या जाळायच्या तर किती कंजूषपणा करता?'' काहीच न बोलता त्या नुसत्या हसल्या!

आज्जींचा 'गोड्या' होऊन राहताना, मला माझ्या बँकेतल्या नोकरीचा आणि होणाऱ्या बदल्यांचा विसरच पडला होता आणि त्या दिवशी परत बदलीची ऑर्डर हातात पडली. माझी बदली झाली होती नांदेडला. आता हे सगळं सोडून जायचं! हे घर, आज्जींचा सहवास. खूप कठीण होतं. मी त्यांना सांगितलं. वाटलं, त्यांना फार त्रास होईल, पण शांत होत्या त्या; कदाचित हा शांतपणा वरवरचा असावा, आतून त्रास होतच असेल त्यांना. सगळं आवरून निघताना मन शोकाकुल झालं होतं. माझी खोली, वाड्यात बहरून आलेला मोगरा, चमेली, आमची 'ज्ञानेश्वरी', 'दासबोधा'ची पारायणं; काहीकाही विसरू शकणार नव्हतो मी. निघताना त्यांना नमस्कार केला. डोळ्यांतल्या आसवांना आवरणं कठीण जात होतं. त्यांनी शांतपणे पाठीवरून हात फिरवला अन् म्हणाल्या, ''गोड्या एक मागू?'' माझे शब्दच हरवले होते. मी मानेनेच काय म्हणून विचारले, तर म्हणाल्या, ''तुझी राधिका, मुलं आणि आईला घेऊन ये राहायला चार दिवस माझ्याकडे.'' पुरुष असून मी लहान मुलासारखा रडत होतो, डोळ्यांतल्या अश्रूंना आवरणं खरंच कठीण होतं. काय होतं त्यांचं माझं नातं? इतकं आग्रहाचं, प्रेमाचं आमंत्रण!

मी घरी आल्या आल्या प्रथम आईला आणि राधिकाला सांगितलं, नांदेडला रुजू व्हायच्या अगोदर आपण सगळ्यांनी अमरावतीला जायचंय; माझ्या आज्जीकडे चार दिवस राहायला आणि सगळेच आनंदले. मी तसा फोनही केला.

आम्ही सगळे आज्जींकडे पोहोचलो आणि त्यांच्या उत्साहाला नुसते उधाण आले होते. आम्हाला जेवताना रोज गरम पोळ्या वाढत होत्या. एक दिवस तर पुरणपोळी! तीसुद्धा तव्यावरची, गरमगरम. साजूक तुपात खरपूस भाजलेली. परत वाटीत साजूक तूप आणि जाड थराची साय. त्यावेळी वाड्यातल्या मोगऱ्याला बहर आला होता. स्वत:च्या हाताने राधिकेला रोज गजरा गुंफून देत होत्या. गजरा देताना म्हणाल्या, ''फार भाग्यवान आहेस बाई, नवऱ्याचं भारी प्रेम आहे तुझ्यावर, जप हो त्याला.''

निघायच्या दिवशी आम्ही सगळे गप्पा मारत बसलो होतो अन् ओघात मी बोलून गेलो, "आज्जी काही गोष्टी बोलू का तुमच्याशी?"

"बोल की." त्या म्हणाल्या.

"तुमचा हा असा कुणालाच काम न करू द्यायचा स्वभाव. मला वाटतं, तुम्ही तो बदलावा. आजूबाजूच्यांकडून करून घ्यावी थोडीशी कामं. सोवळंओवळं थोडं कमी केलं तर तुम्हालाच कमी त्रास होईल. एकीकडे हे एवढं सगळं करत बसायचं आणि वाटत बसायचं सगळ्यांना आणि दुसरीकडे मात्र आगपेटीची एक काडी जाळायची तरी विचार करत बसायचा. आणि हो तुमची मुलं, सुना, नातवंडं, कुठं आहेत सगळी? भेटायला येत नाही का तुम्हाला?"

त्या पार पार हरवल्यासारख्या झाल्या आणि बोलतच सुटल्या. अनावर होऊन,

"गोड्या, तुला असं वाटतं ना मी खूप विचित्र आहे स्वभावाने. अरे पण तुम्ही सगळे येणार काही दिवसांसाठी. तुमच्याकडून कामं करून घ्यायची सवय लावायची; मग तुम्ही गेल्यावर काम होत नाही म्हणून रडत बसायचं. त्यापेक्षा स्वत:ची कामं स्वत:च करायची म्हणजे असं अडल्यासारखं नाही होणार. अरे तू माझा हात धरून आंबामातेला घेऊन गेलास तर मला किती आधार वाटेल रे! पण मग अशी सवय लावून घ्यायची आणि तू नसलास की एकटी कशी जाऊ या विचारानं दर्शनालाही जायचं नाही आणि दर्शनाला जाता येत नाही म्हणून आणि तुझ्या आठवणीत रडत बसायचं! म्हणून मग धैर्यानं एकटीच जाते. एकाच काडीनं पणत्या लावायचं म्हणशील तर जितकी म्हणून काटकसर करता येईल तितकी करायची. काडीकाडी वाचवून जमवलेला पैसा मग गरिबांच्या मदतीसाठी वापरायचा. फार शिकलेली नाही मी, पण माझ्या आयुष्याचं गणित अगदी साधं, सोपं, सरळ आहे.

"आणि मुलं, सुना, नातवंडांचं म्हणशील तर फार मोठी कहाणी आहे बाबा ती. वयाच्या सतराव्या वर्षी लग्न झालं. आमचं पराडकरांचं घराणं अगदी सधन. सासरे आमच्या लग्नाच्या आधीच गेलेले. सासुबाई गावी- आमची मोठी शेती आणि घराचा व्याप सांभाळत होत्या. नोकरीच्या निमित्ताने आम्ही अमरावतीत. इथं पण आमचे तीन वाडे आणि हे राहतं घर. लग्नाला जेमतेम सव्वा वर्षच होत होतं. एके दिवशी यांना ताप आला. पाच दिवस झाले तरी ताप उतरत नव्हता. जवळच्याच डॉक्टरांचं औषध चालू होतं पण ताप काही केल्या उतरत नव्हता. शेवटी जिल्हा रुग्णालयात दाखल केलं आणि निदान झालं 'विषमज्वर'. त्या काळी लवकर बरा न होणारा असाध्य असा हा ताप! उपचार सुरू होते. डॉक्टर अगदी माझ्या वडिलांच्या वयाचे होते, सारखे धीर देत होते, दिवस-रात्र मी यांच्या उशाशी बसून होते. त्या दिवशी डॉक्टर आले, त्यांनी तपासलं, ताप अजून उतरलाच नव्हता.

त्यांनी एक इंजेक्शन दिलं आणि अवघ्या २०-२५ मिनिटांत सगळा खेळ संपला. यांनी माझ्या मांडीवर प्राण सोडला. या एवढ्या मोठ्या जगात मला एकटीला सोडून निघून गेले, पुढच्या प्रवासाला. मला अश्रू आवरणं कठीण झालं होतं. डॉक्टरांनी इंजेक्शनचा बॉक्स बघितला आणि सुन्न होऊन ते कॉटवरच बसले. त्यांनी नर्सेस आणि सगळ्या नातेवाईक मंडळींना बाहेर जायला सांगितलं, खोलीचा दरवाजा बंद केला. माझे पाय धरून डॉक्टर रडत होते, 'मी तुझा अपराधी आहे, तारीख उलटून गेलेलं इंजेक्शन दिल्यामुळे त्यांचा मृत्यू झालाय, तू देशील ती शिक्षा भोगायला मी तयार आहे.' अनावर होऊन डॉक्टर माझे हात हातात घेऊन रडत होते, त्यांचं बोलणं ऐकलं आणि माझ्या सगळ्या जाणिवा थिजून गेल्या. मी त्यांना उठवलं, त्यांच्या अपराधी चेहऱ्याकडे बघितलं आणि एवढंच बोलले, 'डॉक्टर, तुम्हाला शिक्षा देऊन माझं गेलेलं माणूस तर परत येणार नाही ना?'

"पार एकाकी झाले, सासूबाईंनी पाठीवरून हात फिरवून सांगितलं, 'फार लहान वय आहे तुझं. मी गावाकडचा व्याप सोडून तुझ्याजवळ नाही राहू शकणार तूच तिकडे ये. नाहीतर आई-वडिलांकडे राहा. जीव जळतो गं तुझ्याकडे बघून!' पण नाही गेले कुठंच. यांच्या आठवणी जपत इथंच राहिले. एक मात्र केलं, इथले तीनही वाडे विकले; त्याचा पैसा बँकेत ठेवला, उपजीविकेचे साधन म्हणून. वयाच्या १८ व्या वर्षापासून असं एकाकी जीवन जगतेय. मग कुठली मुलं, बाळं, सुना अन् नातवंडं? पण मीही सुगरण होते. स्वयंपाक करण्याची, खाऊ-पिऊ घालण्याची मलाही हौस होती म्हणून मग असं सगळ्यांना खाऊ घालायचं. सखूच्या मुलाचा वाढदिवस साजरा कर, जनी-नामदेव, त्यांची नावं वेगळीच, पण मीच ठेवली होती ही नावं. सगळ्यांमध्ये आपला संसार बघायचा!"

मी, राधिका, आई पार सुन्न झालो होतो, आसवांच्या धारा वाहत होत्या.

'हे विश्वची माझे घर' असं मानणाऱ्या माझ्या 'आज्जी' कधीच देवत्वाला पोहोचल्या होत्या. संत तुकडोजी महाराजांचा अनुग्रह घेतलेल्या, संत गाडगेबाबांबरोबर काम केलेल्या माझ्या 'आज्जी'! गुरूंनी सांगितलेल्या मार्गावरून चालताना मी अडखळत होतो. धडपडत होतो. अध्यात्मावरची पुस्तकंच्या पुस्तकं वाचत होतो. वाचनाने आलेली प्रगल्भता बोलण्यातही उतरत होती. पण अध्यात्म जगायचं कसं ते माझ्या आज्जींनी मला शिकवलं.

क्रियेला प्रतिक्रिया नाही, बोलायला सोपं, पण कितीही प्रयत्न केला तरी मनात राग येतोच. ज्यांच्यामुळे नवरा गेला त्यांच्यावर कोर्ट-केस करून त्यांना शिक्षा झाल्यावर कदाचित 'जशास तसं' वागल्याचं समाधान मिळालं असतं, पण क्रियेला प्रतिक्रियाच नाही. 'अटळ प्रारब्ध' म्हणून तो क्षण तिथेच विसर्जित.

देवाचं पूजन, दर्शन, स्तोत्रवाचन करून 'कायिक' तप करत होत्या. सदैव गोड

बोलणं, एखादं काम करू नको असं सांगण्यापेक्षा मी ते काम करीन असं गोड स्वरात सांगणं, म्हणजे 'वाचिक' तप! आणि नियतीनं काहीही दिलं नाही तरीही तो राग मनात न ठेवता, सगळ्यांवर भरभरून प्रेम करत होत्या, प्रसन्न अंत:करणाने हे मानसिक तप!

त्यांच्या पायावर डोकं ठेवून नमस्कार करताना मी माझ्या अश्रूंना आवरलंच नाही. त्यांच्या पायावर पडणारे अश्रू म्हणजे अभिषेकच होता. मी म्हटलं, "आज्जी, तुम्ही कधीच माझ्याजवळ काही मागितलं नाही, एखादी तरी इच्छा सांगा, ती पूर्ण करायला मला खूप आवडेल."

तर म्हणाल्या, "गोड्या, तू तुझ्या गुरूंबद्दल, ताईंबद्दल मला सारखं काही काही सांगायचास ना? आमच्या ताई अशा, इतक्या छान प्रवचन करतात, सुंदर मंदिर बांधलंय त्यांनी डोंबिवलीला. तुला माहीत आहे का? की, त्या माझ्या लांबच्या नात्यातल्या आहेत, पण भेटीचा योग नाही आला कधी. एकच कर माझ्यासाठी, त्यांची माझी भेट घडवून आण!" मागूनमागून काय मागितलं माझ्या आज्जीनं माझ्याजवळ? मी मनाशी ठाम ठरवलं, ताईंना घेऊन यायचंच अमरावतीला.

मनाच्या कातर अवस्थेत आज्जींचा निरोप घेऊन आम्ही सगळे जळगावला परतलो. तिथून बँकेची काही कामं घेऊन मुंबईला आल्यावर प्रथम डोंबिवलीच्या ताईंच्या मंदिरात दर्शनाला गेलो. ताई भेटल्या नाहीत. मग निरोप ठेवला की, 'अशा अशा अमरावतीच्या आज्जी आहेत, त्या तुमच्या दूरच्या नात्यातल्या देखील आहेत, त्यांना तुम्हाला भेटायची ओढ लागली आहे.' त्यांचा उलट निरोप मिळाला, 'सध्या कार्यक्रमांची गर्दी आहे, पण अमरावतीला जाण्याचा योग आला की आजींना भेटू.'

याला दोनच महिने होत होते आणि अमरावतीहून सखूबाईंचा फोन आला आज्जी गेल्याचा! माझं मन शोकाकुल झालं होतं. मिळेल त्या गाडीनं मी अमरावतीला पोहोचलो, शेवटचं दर्शन झालं नाही. मला पाहताच सखूबाईंना रडू आवरणं मुश्कील झालं होतं. म्हणाल्या, "दादा, गेल्या हो आज्जी! जाताना ह्यो वाडा माझ्या नावावर सोडून गेल्या बघा."

मी म्हटलं, "सोडवायला कुणी होतं की नाही?"

"व्हय तर माझ्या घरचे सगळे, जनीचा नवरा, मुलं, नामदेवाच्या घरची बी सगळी व्हती."

मनात म्हटलं, "दासबोध, ज्ञानेश्वरीची पारायणं करणाऱ्या, कायिक, वाचिक, मानसिक तप करणाऱ्या, 'जे जे भेटे भूत ते ते मानिजे भगवंत' असं मानणाऱ्या माझ्या 'आज्जी' गेल्या होत्या, कैवल्याच्या प्रवासाला. त्या माउलीला सोडवायला

होता की तिचा गोपाळांचा मेळा! मात्र त्यांच्या मनातली ताईंच्या भेटीची इच्छा मी पूर्ण करू शकलो नाही याची खंत घेऊनच मी परतीच्या गाडीत बसलो होतो.

◆

मी मराठी.नेट आणि मेहता पब्लिशिंग हाऊस यांच्या
संयुक्त विद्यमाने आयोजित
आंतरजालीय लेखन स्पर्धा-२०१० मध्ये प्रथम पारितोषिक.
(मायबोली डॉट कॉमवर प्रसिद्ध, २०१०)

विश्वामित्राची तपश्चर्या

१६ जूनचा तो दिवस आठवला की, अंजलीच्या मनात नुसती कालवाकालव होत होती. डोळ्यांच्या कडा ओलावत होत्या. आपण का मनाला आवरू शकलो नाही, का असे वागलो या विचारांनी तिचं मन अस्वस्थ झालं होतं.

तो प्रसंग अजूनही जसाच्या तसा तिला आठवत होता. 'तो' तिच्या अगदी जवळच्या, रक्ताच्या नात्यातला. गेली पाच वर्षे डोंबिवलीत बदली होऊन आला होता. त्याचा मुलगा इथंच इंजिनिअर झाला होता, मुलीनंही दहावीची परीक्षा दिली होती आणि रिझल्टही जवळ आला होता. आता औरंगाबादला बदली झाली होती. दोन दिवसांपूर्वीच अंजलीनं जेवणाचा छोटा कार्यक्रम करून, त्याला शर्ट-पॅन्ट देऊन निरोपाचा तो कातर क्षण साजरा केला होता. आज तो आला होता, निघायच्या अगोदर भेटायचं म्हणून.

अंजली 'गणेश-गीता' वाचत होती. उरलेलं वाचन नंतर करू असा विचार करत अध्याय संपवून ती उठली. त्याच्या नेहमीच्या सवयीप्रमाणे त्यानं डोंबिवली शहर कसं वाईट आहे याचं वर्णन सुरू केलं. अंजली शांत स्वरात त्याला समजावत होती, "अरे शहराचं काय, चांगल्या-वाईट गोष्टी असतातच तिथं, पण याच शहरानं खूप काही दिलेलं असतं आपल्याला; म्हणून आपणही देणेकरी असतो त्याचे. जे काही दिलंय त्याची आठवण करून ऋणी राहायचं." तरीही तो रागावल्यासारखा काहीबाही बोलतच होता. त्याच्या मुलीची शाळा कशी चांगली नाही, माणसं कशी वाईट, वस्तू चांगल्या मिळत नाहीत, रिक्षावाले कसे फसवे, एक ना दोन! गेली तीस वर्षे अंजली डोंबिवलीत राहत होती. तिची सगळी सुख-दुःखं, भावनिक ओलावा या शहराशी जोडला गेला होता. त्यांचा वाद विकोपाला जात होता. शब्दानं शब्द वाढत होता. दोघांचेही आवाज टिपेला पोहोचले होते. एक क्षणभरच, हाताच्या ओंजळीत चेहरा लपवून तो लहान मुलासारखा रडायला लागला. भरल्या गळ्यानं बोलत होता, "अगं, डोंबिवली आम्हाला पण खूप आवडलीय, पण बदली झाली

की, बिऱ्हाड उचलून बदलीच्या गावी जावं लागतं. मनात इच्छा असली तरी आवडत्या गावात आम्ही राहू शकत नाही; मग त्याला नावं ठेवून मनाचं समाधान करून घ्यायचं.'' त्याचं बोलणं ऐकलं आणि अंजली स्तब्धच झाली. त्याच्या जवळ जाऊन त्याच्या पाठीवर हात फिरवण्याचा प्रयत्न केला. तिचे हात झिडकारून तो निघून गेला.

आजही सगळ्या गोष्टी आठवून अंजलीचे डोळे भरून आले. गेल्या सहा महिन्यांतल्या घटना मनात तरळायला लागल्या. ३१ डिसेंबरला अंजली आणि श्रीरंग त्याच्या प्रोजेक्टच्या निमित्तानं सौदी अरेबियात होते. रात्री पावभाजी आणि आइस्क्रीम असा बेत ठेवला होता. संध्याकाळी 'आनंद' चित्रपटाची सीडी बघितली. भारतात सगळ्यांना फोन करत होते. सगळ्यात प्रथम श्रीरंगच्या आईला, मग अंजलीच्या आईला, 'वहिनी' म्हणायचे सगळे तिला, मग तिचे भाऊ, त्याचे भाऊ, भराभर फोन लावत होते. एक वेगळाच उत्साह आला होता. नवीन वर्षाचं स्वागत मनापासून, हसत, उत्साहानं, नवीन संकल्पानं; तो संकल्प पार पाडायचाच ही जिद्द मनात बाळगून करायचं असं अंजलीनं ठरवलं होतं.

धाकट्या नणंदेला फोन लावला. उत्साहानं शुभेच्छांची देवाणघेवाण झाली आणि तिनं पटकन विचारलं, ''वहिनी, नवीन वर्षाचा काय संकल्प केला?''

एक क्षणभर अंजलीच्या तोंडून उत्तर आलं, ''सगळ्यांशी आईच्या भूमिकेतून वागायचं.'' नंतर त्यांनी पाव-भाजी एन्जॉय केली, आइस्क्रीम खाल्लं. छान वेळ गेला. मनात प्रसन्नता दाटून आली होती. दोघंही झोपायला गेले, गादीवर पाठ टेकली आणि केलेल्या संकल्पाची आठवण झाली, 'सगळ्यांशी आईच्या भूमिकेतून वागायचं.' एकच वाक्य पण जरा शांततेत विचार केल्यावर जाणवलं, किती कठीण आहे हा संकल्प! 'आई' म्हणजे विशुद्ध प्रेम, नि:स्वार्थ सेवा, निराकाराचं साकार रूप. ईश्वर सृष्टीतल्या सगळ्या गोष्टींची निर्मिती त्याच्या मुलाबाळांसाठीच करत असतो, पण तो असतो निराकार, कुणाच्याही प्रश्नाला उत्तर द्यायला तो बांधील नसतो. याउलट 'आईचं'; त्याच्याच सारखा रोल करायचा, पण कुठंतरी थोडासा जरी तोल गेला की तिला उत्तरं द्यावी लागतात, तिच्याच अपत्यांना! म्हणूनच ईश्वरापेक्षाही कठीण असा रोल तिचा!

केलेला संकल्प कठीण आहे याची जाणीव अंजलीला झाली होती. समर्थांचा 'दासबोध' दोनदा वाचला होता, अर्थासह वाचल्यानं तो मनावर कोरला गेला होता; 'मनाच्या श्लोकांचा'ही अभ्यास चालूच होता. तेव्हा बोललो तसं वागायचा निश्चय तिनं केला होता. तशी ती दोघंही एप्रिलपर्यंत सौदीतच होती; त्यामुळे संकल्प पार पाडायला तोपर्यंत विघ्नं येणार नव्हती. इथले जीवन म्हणजे एका अर्थानं एकांतातली

साधनाच होती. श्रीरंगच्या आईला, तिच्या आईला म्हणजे तिच्या वहिनीला फोन करायचा, त्यांच्या तब्येतीची चौकशी करायची; आईच्या भूमिकेचा पहिला भाग सुरू होता.

खरी परीक्षा होती ती भारतात परतल्यावर. अठ्ठावीस एप्रिलला ती दोघं भारतात परतली. सासूबाई धाकट्या दिराकडे पुण्याला होत्या; त्यामुळे प्रवासाच्या थकव्याचा विचार न करता ती दोघंही त्यांना भेटायला गेली. त्यांच्यासाठी खाऊची बॅग भरताना अंजलीला खूप आनंद होत होता. वहिनीला बरं नव्हतं म्हणून तिला भेटायला जळगावला गेले, तीन दिवस तिच्याजवळ राहिले. या तीन दिवसांत तिच्यासाठी औषधं आणली, ब्लाउज शिवायला टाकले, कपबशा जुन्या झाल्या होत्या त्या नवीन आणल्या. तिला आंबे आवडतात म्हणून चांगले दोन डझन आंबे घेऊन गेली होती अंजली. निघताना, 'माझी डोंबिवलीतली सगळी कामं झाली की, तुला घ्यायला येईन; मग पंधरा दिवस शांतपणे राहा डोंबिवलीला' असं आश्वासनही देऊन आली होती.

चेन्नईहून लेक-जावई आले तसं तिच्यातल्या आईला उत्साहाचं उधाण आलं होतं. तिच्याबरोबर शॉपिंग, त्या दोघांना आवडणारे पदार्थ, दहीवडे, आलूपराठे, बटाटेवडे आणि त्यांच्यासाठी खास आंब्याच्या पेट्या मागवल्या होत्या. हे सगळं करत असताना ती मनातल्या मनात स्वत:लाच तपासून बघत होती, खरंच याच भावनेनं ती सगळ्यांशी वागते का?

तो अधिक महिना होता. दोघी नणंदा, त्यांच्या घरातले सगळे, नणंदेची मुलगी-जावई सगळ्यांना जेवायला बोलावलं; आंब्याचा रस आणि त्यांना आवडणारे इतर पदार्थ बनवले होते. सगळ्यांना जेवू-खाऊ घालताना ती खूप मनापासून आणि भरपूर करायची, सगळी आवडीनं जेवली की, तिच्यातली 'आई' समाधान पावायची. तशा दोघी नणंदा, त्यांचे मिस्टर अंजलीपेक्षा मोठे, पण श्रीरंग मोठा असल्यानं मानानं ती मोठी होती आणि आप्पांच्या जाण्यानं त्याचं मोठेपण आपसूकच जबाबदारीचं झालं होतं, त्या दोघींना अधिकाचं वाण देताना मनातल्या वात्सल्याला किनार होती आईच्या ममत्वाची.

श्रीरंगची सुट्टी संपली. तो सौदीला परतला. अंजली पुढे महिनाभर राहून मग जाणार होती. २५ जूनला ती वहिनीला जळगावहून घेऊन आली. तिची थकलेली, सुरकुतलेली बोटं धरून आणताना, गाडीत तिला लहान मुलासारखं चढवताना, तिच्या खूपऱ्या डोळ्यांवर गॉगल लावताना तिच्यातली 'आई' भेटली होती तिला. त्याच दरम्यान पुण्याहून सासूबाई पण आल्या होत्या तिच्याकडे. हळूच म्हणाल्या, "अंजली माझी एक साडी खराब झालीय, ड्रायक्लीन करून देशील का? तू खूप छान करतेस!" मग अगदी मनापासून तिनं त्यांची साडी ड्रायक्लीन करून दिली.

त्यांच्याजवळ दोन-तीन नवीन साड्या होत्या पण ब्लाउज नव्हते, ते शिवून आणले. त्यांना नवीन साडी घेण्यासाठी पैसे दिले. लेक तिला म्हणाली, ''आई मला मोरगावला पूजा घालायची आहे, आपण जाऊ या का?'' आणि वहिनीनं तर लहान मुलासारखी इच्छा व्यक्त केली होती, ''वर जायच्या अगोदर मला मोरगावला नेऊन आणशील का? मला पण पूजा घालायची आहे.''

मग तिनं मोरगावच्या पूजेचं ठरवलं. वहिनी, ती, लेक आणि सासूबाई जायचं ठरलं. दोन्ही वयस्कर आज्ज्यांना घेऊन जाणं फार अवघड होतं. तेवढ्यात वन्संचा फोन आला, ''आईला या वयात प्रवास झेपणार नाही. मी तिला घेऊन जाते. तुम्ही जाऊन या.'' मग त्या तिघीच निघाल्या.

डोंबिवली ते मोरगाव प्रवास तसा लांबचा, पण अंजलीनं दोघींनाही फुलासारखं सांभाळून नेलं. आदल्या रात्रीचं वहिनीचं आजारपण, अंजलीनं तिथल्या दवाखान्यातून औषधं आणली, रात्रभर तिच्या उशाशी जागत बसून होती. खूप काळजी वाटत असतानाही पूजा यथासांग पार पडली. त्या दोघींचाही लहान मुलासारखा हट्ट पूर्ण करताना मनात समाधान दाटून आलं होतं.

खरा क्षण होता तो तेरा जूनचा. सगळ्या बहीण-भावंडांनी एकत्र यायचं ठरवलं. मग वहिनीच्या पंचाहत्तरीचा सोहळा का करू नये असा विचार अंजलीच्या मनात डोकावला आणि अत्यंत अविस्मरणीय असा 'तो' सोहळा पार पडला. अचानक ठरवल्यानं अंजलीची थोडी धावपळ झाली, पण एक 'अनामिक शक्ती' या कार्यक्रमाचं नियोजन करत आहे हे जाणवत होतं.

सकाळी उठल्यावर सनईच्या नादात चौघाही भावंडांनी तिला सुवासिक तेल लावलं, बाबांच्या फोटोला हार घालून नमस्कार केला, सगळ्या भावंडांनी आणि नातवंडांनी तिची पाद्यपूजा केली, पंचाहत्तर दिव्यांनी औक्षण केलं, सोनचाफ्याची कंठी घातली, अंगठी घातली, छानशी साडी दिली. मोरगावहून प्रसादरूपात आणलेली शाल तिला पांघरली. तिनं आयुष्यभर मुलांसाठी जे केलं त्याबद्दलची ही कृतज्ञता! एक प्रकारे 'कृतज्ञता सोहळा'च होता तो.

या सर्व घटनांच्या तुलनेत काही प्रसंग आठवले की, खूप त्रास होतो. त्यावेळी यांना बाहेरच्या देशात नोकरीची संधी उपलब्ध झाली आणि लेकीला नाशिकच्या कॉलेजला ॲडमिशन मिळाली. त्या दोघीही तिथे शिफ्ट झाल्या. निर्णय थोडासा कठीण होता, पण मनाचं धैर्य करून घेतला; तरीही मन थोडं सैरभैरच होतं. त्या दिवशी बऱ्याच दिवसांपासून काढलेल्या फोटोंचा रोल स्टुडिओमध्ये देऊन ती घरी आली. दुसऱ्या दिवशी कॅमेरा शोधत होती; पण सापडेचना. अंजलीला आठवतच नव्हतं. तिची अवघी १७-१८ वर्षांची लेक तिला जवळ घेऊन म्हणाली, 'रडू

नकोस गं ममा, सापडेल कॅमेरा; एखादवेळेस तू स्टुडिओत विसरली असशील. होतं असं कधीकधी आणि नाही सापडला तरी टेन्शन घेऊ नकोस.' अंजली अगदी अवाक झाली होती. तिची लेक त्या क्षणी तिची माय झाली होती. तिनं मनात म्हटलं, 'बेटा, छोट्या छोट्या वस्तू हरवल्या म्हणून किती धपाटे खाल्लेस गं माझ्या हातून.' कधी वॉटरबॅग, कधी कंपास, कधी पेन्सिल. एकदा तर सारखी सारखी पेन्सिल हरवते म्हणून इतका जोरात धपाटा घातला होता की, तिच्याच हाताला मुंग्या आल्या होत्या. रागाने दरवाज्याबाहेर काढलं होतं. तो चिमुकला जीव एकटेपणाच्या भीतीने किती भेदरला होता. ती तिला म्हणत होती, 'आई, उद्या जाऊ या स्टुडिओत. तू रडू नकोस बरं.' छोट्या वस्तू हरवल्या म्हणून किती रागावले गं मी तुला. तू मात्र सगळं विसरून आईची समजूत घालतेस.' तिचा निरागस चेहरा बघून अंजलीच्या मनात विचार आला. खरंच त्यावेळी आपण राग आवरायला हवा होता. अशा चुका मोठ्यांकडूनही होतातच की.

त्या दिवशीचा रविवार मस्त मजेत चाललेला. घरात पसारा करताहेत, करू दे. आवरू नंतर. अशा विचारांमध्ये नाष्टा छान झाला. 'अहो, तेवढे कॉफीचे मग आणता का?' अंजली म्हणाली. एक मिनिटातच खळकन आवाज झाला. खाली पडून मग फुटला होता. कॉफी सांडली, काचांचे तुकडे इतस्ततः पसरले होते. मग तिच्या रागाचा पारा वर आणि तोंडाचा पट्टा सुरू. 'एक काम सांगितलं तर कुणी धड करेल तर शप्पथ' साऱ्या दिवसभर ती रागातच होती. भूतकाळातल्या आठवणींना उगाळत बसली होती. जरा विचार डोक्यात आला नाही की, अनेक वेळा अशाच कपबश्या फुटल्या तर श्रीरंगने प्रेमाने म्हटलं होतं, 'जाऊ दे नाहीतरी कपबश्या जुन्याच झाल्या होत्या आणि मग नवीन सेट आले होते घरी.'

घडणाऱ्या सगळ्या घटनांकडे मागे वळून बघताना एक जाणवत होतं, प्रयत्नपूर्वक कठीण असा संकल्प पार पाडण्याचा प्रयत्न करत होती ती. सगळ्यांशी आईच्या प्रेमानं वागण्याचा, अगदी आईचीही 'आई' होण्याचा तिच्या आटोकाट प्रयत्नांना यश मिळत होतं.

अचानक तिच्या मनात विचार डोकावला, ही तर सगळी तिच्या जवळच्या नात्यातली, ज्यांच्याशी आईच्या भूमिकेतून वागणं तसं खूप कठीण नव्हतं, पण जी नात्यातली नाहीत, जवळची नाहीत त्यांच्याशी तू वागू शकशील का अशी? आणि ते दोन प्रसंग तिला आठवले- तिची एक मैत्रीण अमेरिकेला जायला निघाली होती, त्याच रात्री तिच्या मिस्टरांना अचानक हार्ट-ॲटॅक आला. त्यांच्यासाठी मयुरेश्वराच्या मंदिरात जाऊन 'गणेश-गीते'चं पारायण केलं होतं आणि सौदीला परतून जाण्याच्या गडबडीतही दुसऱ्या मैत्रिणीबरोबर पूर्ण एक दिवस घालवला होता कारण तिचा

मुलगा रागावून घरातून निघून गेला होता. मैत्रीण सारखी रडत होती, तिच्या मुलाशी फोनवर बोलून त्याला समजावलं होतं, त्याला परत यायची विनंती केली होती. तिचं मन थोडंसं का होईना शांत करण्याचा प्रयत्न केला होता.

मागे वळून बघताना सगळ्या घटनांमध्ये संकल्प पूर्ण करण्याचा किती आटोकाट प्रयत्न करत होती ती, पण मग तो तिच्या इतक्या जवळच्या रक्ताच्या नात्यातला, त्याच्याशी इतक्या वरच्या टिपेतल्या आवाजात भांडताना कुठं हरवली होती तिच्यातली आई? त्याला खाण्यासाठी दिलेला चिवडा, नारळाची वडी आणि सरबत टी-पॉयवर तसंच पडलं होतं, तिच्यापेक्षा चार वर्षांनी लहान होता तो, त्याच्या डोळ्यांतले अश्रू, तिचा हात झिडकारून लहान मुलासारखं त्याचं निघून जाणं, सगळं आठवून तिच्या मनात कालवाकालव होत होती.

अंजलीला एक जाणवलं, हे असे 'संकल्प' म्हणजे कलियुगातली तपश्चर्याच! आणि ही तपश्चर्या भंग करायला सहा मेनका सतत आतुर असतात. काम, क्रोध, दंभ, मद, मोह, मत्सर! या सहा शत्रूंपैकी कुणीतरी मेनकेचं लोभसवाणं रूप धारण करतं आणि माणसाची 'संकल्प'रूपी तपश्चर्या भंग पावते.

अंजलीनं त्याला पत्र लिहायला घेतलं, 'झालेले सगळे वाद-विवाद विसरून आपलं नातं आपण परत नव्यानं सुरू करू या, कोऱ्या पाटीसारखं...'

विश्वामित्राच्या तपश्चर्येला प्रारंभ झाला होता. ही तपश्चर्या अशीच चालू राहणार आहे विश्वाच्या अंतापर्यंत. जोपर्यंत या विश्वाशी विश्वबंधुत्वाच्या नात्यानं आपण जोडले जात नाही तोपर्यंत!! मनातल्या विचारांनी अंजली अंतर्मुख झाली. विश्वामित्रांना त्रास द्यायला एकच मेनका होती. माणसाच्या आयुष्यात तर सहा मेनकांचं नर्तन चालू असतं सतत! अंजलीचा लढा आता या सहा मेनकांशी होता!

◆

(मी मराठी डॉट नेट व मायबोली डॉट कॉमवर प्रसिद्ध)

आठवणींची मोरपिसं

सगळं आवरून अरुंधती आणि समीर परतीच्या तयारीला लागले होते. गेली चार वर्षे प्रोजेक्टच्या निमित्ताने अल्जेरियाला राहण्याचा योग आला होता. आता प्रोजेक्ट जवळजवळ संपत आला होता. उरलेली थोडी कामं सहकाऱ्यांवर सोपवून समीर थोडा मोकळा झाला.

आवरायला घेतलं, पण निरोपाचा तो क्षण मन कातर करून सोडत होता. इथं आले तेव्हा मनात असंख्य प्रश्न होते, करमेल ना? देश, भाषा, माणसं; सगळंच वेगळं, कसं जुळून यायचं, पण बघताबघता दोघंही रुळले. भाषा येत नव्हती, पण अंतःकरणाच्या भाषेनं सगळ्यांशी जोडले गेले. आज आत्ता सगळं आवरायला घेतलं. समुद्राच्या जवळ असलेलं छान प्रशस्त घर एकदा डोळ्यांत भरून घेतलं. भाज्यांना सांभाळणारा फ्रीज, आईच्या मायेनं अगदी थोड्या वेळात पदार्थ गरम करून देणारा ओव्हन; तो इटुकला मिक्सर, किती वेळा त्यावर इडलीचं पीठ दळलं होतं. सगळ्या वस्तू स्वच्छ पुसल्या, त्यांच्यावरून मायेचा हात फिरवला. काही काही भांडी तर बरोबर न्यावीत असा मोह होत होता. ते तूप कढवायचं 'टेफल'चं भांडं. भारतात जशी 'अंजली' किंवा 'निर्लेपची' नॉनस्टिकची भांडी मिळतात तशी इकडली 'टेफल' कंपनी. ती पोहे भिजवायची रोळी, बॉक्स टाइप किसणी, भाज्या धुवायची हॅन्डलवाली मोठी गाळणी. समीर मध्येच किचनमध्ये डोकावला अन् म्हणाला ''काय गं, भांड्यांमध्ये जीव अडकलेला दिसतोय!''

''हो रे, पण तुला ती ताईंनी सांगितलेली गोष्ट आठवतेय ना? चिंगीची... चिंगीने संसार मांडलाय भातुकलीमधला! त्या खेळात ती आई झालीय, तिच्याच सवंगड्यांपैकी कुणीतरी बाबा झालंय, कुणीतरी मुलं; त्या खेळात चिंगी रमलीय. तो खोटा संसार, ती भांडीकुंडी, तो स्वयंपाक, त्याची चव बघणं, अचानक आई हाक मारते 'चिंगी', ती हाक ऐकताक्षणीच हातातला खेळ सोडून चिंगी आईकडे निघून जाते. तसंच त्या वरच्या आईचं बोलावणं आलं तर इथलंच काय, भारतातल्या

घरातलं सगळं सोडून जावं लागेल.''

समीर म्हणाला, ''अरुंधती प्रवचन पुरे; नक्की ठरव बरोबर काही घ्यायचं की नाही?'' शेवटी काहीच बरोबर घ्यायचं नाही या विषयावर दोघांचंही एकमत झालं. कपडे, खरेदी केलेल्या वस्तू आणि कुकर एवढंच घ्यायचं ठरलं, मग बॅगा भरायला सुरुवात झाली.

आवरताना समीरला एक छोटा बॉक्स सापडला. त्यानं बेडरूममधून जोरात विचारलं, ''या बॉक्समधल्या वस्तूंचं काय करायचंय? इथंच ठेवायच्या का?'' अरुंधतीनं बॉक्स उघडून बघितला त्यात चार वस्तू होत्या- एक चांदीची अंगठी, जांभळटसर, गुलाबी खड्याची; एक गोफासारखा काळा रबर-बॅन्ड, मधोमध आयताकृती चौकोनात गुलाबी खडे जडवलेले, चौकोनाच्या चार बाजूंना पांढरे खडे, हाताची शोभा वाढवणारे ब्रेसलेट; चिनी मातीचा, सोंड उंचावलेला पांढरट, निळसर हत्ती, छोटासा, हातात घेतल्यावर गणपती बाप्पाची आठवण करून देणारा! आणि काळ्या रंगावर ब्राउन डिझाइन असणारी उबदार शाल! त्या वस्तूंकडे बघताना अरुंधतीचे डोळे पाणावले, हळवी होत ती म्हणाली, ''समीर मी या सगळ्या वस्तू बरोबर घेणार आहे.'' त्यांच्यावरून हात फिरवताफिरवता जणू सुंदर रेशमी शेल्याचे पदरच उलगडत गेले.

समीरच्या प्रोजेक्टच्या निमित्ताने ती दोघंही जून महिन्यात अल्जेरियाला आली. फ्रेंच संस्कृतीचा, भाषेचा प्रभाव असणारा हा अरेबिक देश. कधी या देशाचं नावही ऐकलं नाही. प्रोजेक्टच्या नियमानुसार चार महिने झाले की तीन आठवड्यांची सुट्टी मिळून भारतात परत यायला मिळणार होतं, त्यानुसार दोघंही ऑक्टोबरमध्ये दिवाळीसाठी भारतात आले. आठ नोव्हेंबरला सुट्टी संपवून अल्जेरियाला परतले. त्याला पंधराच दिवस होत होते आणि फूटबॉल मॅचेसच्या गोंधळामुळे साइट मॅनेजरनं सगळ्या देशांतल्या इंजिनिअर्सना आपापल्या मायदेशात परत जाण्याची सूचना दिली. मॅचेसचा तिढा सुटला की साइट सुरू होईल, मग सगळ्यांनी परत यायचं, निर्णय तसा खर्चिक होता, पण इंजिनिअर्सची सुरक्षा ही फार मोठी जबाबदारी होती. समीर आणि अरुंधती तर नुकतेच आले होते; त्यात प्रवासही तीन-तीन विमानं बदलून दमवणारा; त्यामुळे समीरनं सगळ्यांच्या वतीनं साइट मॅनेजरला हा निर्णय बदलण्याची विनंती केली, पण त्यांनी परत जाण्याचीच सूचना दिली. ते पुन्हा भारतात यायला निघाले. लोकल एअरपोर्ट गर्दीनं तुडुंब भरलेला, चेक-इन करून हॅन्डलगेज जवळ ठेवून अरुंधती तिथल्या गर्दीकडे निर्विकारपणे बघत बसली होती. समोर एक तरुण मुलगी आणि तिची आई बसल्या होत्या. अधूनमधून तिच्याकडे बघत होत्या. ती तरुण मुलगी अरुंधतीच्या दिशेनं आली, अरबी भाषेत काहीतरी बोलली, ती काय बोलली ते अरुंधतीला समजलंच नाही. त्या मुलीच्या पाठोपाठ

तिची आईही आली. दोघींनीही खूप प्रयत्नपूर्वक, एखादा-दुसरा इंग्रजी शब्द वापरून एक गोष्ट तिला सांगितली, 'ती मुलगी - 'सारा' तिचं नाव, तर ही सारा पहिल्यांदाच विमानाचा प्रवास करतेय, एकटीच दोह्याला चाललीय तेव्हा तुम्ही तिच्याकडे लक्ष द्या, तिची काळजी घ्या.' अरुंधतीला आश्चर्याचा धक्का बसला. सगळा एअरपोर्ट तिच्याच देशबांधवांच्या गर्दीनं तुडुंब भरला होता आणि एवढ्या गर्दीत ती मुलगी आणि आई तिच्याकडे आल्या होत्या, काळजी घ्या असं सांगत! ती मनात सुखावली आणि तिनं समजावलं,

"येस, आय शॅल टेक केअर ऑफ हर!" निरोप घेताना साराच्या आईनं अरुंधतीची गळाभेट घेतली. ओरान ते अल्जीयर्सपर्यंतचा प्रवास, अल्जीयर्सला तिचं सामान कलेक्ट करण्यासाठी समीरच होता, पॅकिंग करून आणलेलं इंडियन फूड तिला दिलं, पण तिनं खाल्लं नाही, तिच्या स्मार्टपणाचं कौतुक वाटलं. सिक्युरिटी चेक झाल्यावर वेटिंग लॉबीमध्ये सारा आणि अरुंधती गप्पा मारत होत्या, ती तिच्या अरेबिक आणि मोडक्या इंग्रजी भाषेत तर अरुंधती छान इंग्रजीत. दोघींनाही एकमेकींच्या अंत:करणाची भाषा समजली होती. सारा तिचा हात हातात घेऊन म्हणाली, "यू आर व्हेरी नाइस अॅन्ड ब्यूटिफूल."

अरुंधती हसली आणि तिनेही 'यू टू...!' असं म्हणत प्रतिसाद दिला. साराने तिच्या हातातली अंगठी काढून अरुंधतीच्या हातात घातली आणि दोन्हीं हातांचे पहिले बोट जवळ आणून मागेपुढे करत घासले, याचा अर्थ 'वी आर फ्रेन्ड्स', 'आपण मैत्रिणी आहोत' अशा अर्थानं! अरुंधती चकित होत म्हणाली, "सारा, यू आर लाइक माय डॉटर; आय वोन्ट टेक धिस फ्रॉम यू..." तरीही सारानं जबरदस्तीनं अंगठी तिच्या बोटात घातलीच.

अल्जीयर्स ते दोहाच्या प्रवासात ती तिच्या सीटकडे गेली. विमानात असतानाच अल्जेरिया फूटबॉल मॅचमध्ये जिंकल्याचं समजलं. विमानातच सगळ्या अल्जेरियन लोकांनी नाचून नुसता धुमाकूळ घातला. त्यांच्या हातात त्यांच्या देशाचे झेंडे आणि अंगात देशाची जॅकेट्स घातलेली होती. हल्लागुल्ला करत, नाचत सारा तिच्या देशबांधवांमध्ये मिसळून गेली. दोहाला उतरल्यावर बॅगेज क्लेमच्या इथं येऊन तिनं अरुंधतीला घट्ट मिठी मारली आणि तिचा निरोप घेऊन ती दूर गर्दीत मिसळून गेली.

तिच्या दूर जाणाऱ्या आकृतीकडे बघताना हातातल्या अंगठीत तिचा स्पर्श जाणवत होता.

फूटबॉल मॅचेसचा प्रॉब्लेम तर सुटलाच होता, पण १५ दिवसांनी साइट पुन्हा सुरू झाल्याचे इ-मेल्स आले आणि दहा डिसेंबरला अरुंधती आणि समीर परतले. त्यांचं परतीचं तिकीट व्हाया इजिप्त होतं. कैरोला आले. एक दिवसाच्या मुक्कामात जास्त काही बघता येणार नव्हतं. मग गीझा पिरॅमिड्स, नाइल क्रूज आणि थोडं शॉपिंग असं

ठरवलं. पिरॅमिड्स बघितले, संध्याकाळी क्रूजवर एन्जॉय करणार होते. थंडगार वारा, क्रूज नाइल नदीच्या पात्रातून विहार करत होती. ऑर्केस्ट्राची धून वातावरण धुंद करत होती. 'मैंने प्यार किया...'तल्या गाण्याशी मिळतीजुळती धून, मध्येच काही जोडपी स्टेजवर जाऊन वाद्याच्या तालावर गोल गिरक्या घेत होती. समीरने अरुंधतीलाही आग्रह केला आणि दोघांनीही डान्स केला. मग पावणेसहा फूट उंचीचा एक नर्तक आला, त्यानं अंगावर खूप सारे आणि जडजड कपडे घातले होते. याच कपड्यांची थीम वापरून त्यानं जी अदाकारी पेश केली ती तर लाजवाबच होती. नृत्याच्या स्टेप्स घेता घेता तो त्याच्याच कपड्यांची छत्री, पिरॅमिड्स, कमळ काय काय बनवत होता, सगळंच चकित करणारं आणि लोभस. क्रूजचा वेग वाढत होता, वाद्यांची लयही वाढली होती. तो नर्तक अगदी वेगानं नृत्याच्या स्टेप्स घेत होता. अंगावरच्या कपड्यांना विविध आकार देत, कामावर जाताना बाळाला घरी सोडून जाणाऱ्या आईची व्यथा त्यानं अलगद उलगडली. गोल गिरक्या घेत घेत अंगावरच्या कपड्यांना त्याने छोट्या बाळाचा आकार दिला, बाळाला कुशीत घेऊन तो नर्तक बाळाची भराभर पापे घेत होता, पाठीमागच्या ऑर्केस्ट्रातून बाळाच्या रडण्याचं करुण संगीत ऐकायला येत होतं. नर्तकाच्या अदाकारीनं अरुंधतीचे डोळे पाणावले होते.

त्यानंतर नृत्यासाठी ती नर्तकी आली. अगदी झिरझिरीत कपडे घातलेली; रेखीव, सुंदर. तिचे हावभाव आणि नृत्याच्या स्टेप्स बघताना अरुंधतीला उगीचच चोरट्यासारखं झालं होतं. तिनं हळूच समीरकडे बघितलं तर समीर हसत म्हणाला, "सगळे अनुभव घ्यायचे आणि एन्जॉय करायचं, तिचा डान्स मी शूट करतो म्हणजे सगळ्यांना बघता येईल," असे म्हणून तो शूटिंगमध्ये दंग झाला.

वाद्याच्या तालावरील तिच्या लवचीक हालचाली, नृत्य करता करता कुणाच्या तरी जवळ जायचं, नको इतकं त्याच्या अंगावर झुकायचं, मध्येच थिरकत्या हालचाली करता करता डावा डोळा बारीक करायचा, तिच्या नृत्यातलाच एक भाग होता तो. खूप वेळ चाललेलं तिचं नृत्य संपलं. थोड्या वेळानं डिनर सुरू होणार होतं. अरुंधती आणि समीर वरच्या मजल्यावर गेले. तिथं या कलाकारांची रेस्ट रूम होती. बाकी मोकळ्या जागेत खुर्च्या टाकल्या होत्या. वेगानं चालणारे क्रूज आणि विद्युतरोषणाईनं झगमगणाऱ्या नदीच्या किनाऱ्यावरच्या उंच, आकाशाकडे झेपावणाऱ्या इमारती! त्या इमारतींचं प्रतिबिंब नदीच्या पात्रात पडून पात्रातलं पाणी चमकत होतं. ते दृश्य अरुंधती डोळ्यांत साठवत होती. प्रवासाच्या तयारीचा थकवा, हवेतला गारवा यामुळे अरुंधतीला गरगरल्यासारखं व्हायला लागलं. समीरनं मॅनेजरची परवानगी काढून अरुंधतीला तिथल्या रेस्ट रूममध्ये नेलं. ती तिथल्याच एका खुर्चीवर बसली. डोळे बंद करून रिलॅक्स व्हायचा प्रयत्न करत होती. बाजूला एक तीन ते साडेतीन वर्षांचं मूल खूप रडत होतं. नीटनेटके कपडे घातलेली, कानाला

स्कार्फ बांधलेली नाजूक बांध्याची त्याची आई त्याला शांत करण्याचा प्रयत्न करत होती, पण ते रडायचं थांबत नव्हतं; डोळे बंद करून अरुंधती झोपण्याचा प्रयत्न करत होती. मुलाच्या रडण्याचा आवाज टिपेला पोहोचला होता. शेवटी अरुंधती उठली, त्यांच्या जवळ गेली. दोघेही पाठमोरे होते. तिनं मुलीच्या खांद्यावर हात ठेवला, ती मागे वळली. तिच्याकडे बघून अरुंधती चकित झाली. मघाशी उत्तान, मादक डान्स करणारी नर्तकी होती ती! तेव्हाचे तिचे उत्तेजित करणारे भाव! मध्येच डोळे बारीक करणं आणि आता तिचा छकुला रडत होता म्हणून व्याकूळ झालेली तिची नजर! चेहऱ्यावरची काळजी. भाषेची अडचण होतीच पण तरीही हातांनी खूण करून अरुंधतीनं बाळाला तिच्याकडे द्यायला सांगितलं. तिनंही पटकन दिलं. अरुंधतीनं त्याच्याकडे बघितलं, कसलं गोडुलं, गोंडस, गोबऱ्या चेहऱ्याचं, गोऱ्यापान वर्णाचं बाळ होतं ते, त्याचे काळेभोर, गोल बटणासारखे डोळे, लालचुटूक ओठ आणि नकटुलं नाक. अरुंधतीनं पटकन पापा घेतला. त्याचे घट्ट कपडे सैल केले. त्याच्या पाठीवर थोपटलं, पर्समध्ये मधाची बाटली होती, तिची परवानगी घेऊन बाळाला दोन थेंब चाटवले. ते रडत असतानाच त्याला डाव्या मांडीवर घेऊन तिनं झुल्यासारखं झुलवायला आणि त्याच्याशी गप्पा मारायला सुरुवात केली, "हूऽऽऽ हूऽऽऽ हूऽऽऽ अडगुळं मडगुळं सोन्याचं कडगुलं, रुप्याचा वाळा, तान्ह्या बाळा तीट लावू." ते अरुंधतीकडे बघून खुदकन हसायला लागलं. त्याची आई थोडी शांत झाली. त्या हसणाऱ्या बाळाला स्वत:कडे घेत त्याच्या आईनं अरुंधतीकडे कृतज्ञतेनं बघितलं. अरुंधतीचा हात हातात घेऊन ती "शुक्रन... शुक्रन... तहीप" असं पुटपुटत होती, थँक्स कसे व्यक्त करावे तिला समजत नव्हतं, अरुंधतीला घट्ट मिठी मारत तिनं तिच्या हातातलं गुलाबी पांढऱ्या खड्यांचं गोफासारखं ब्रेसलेट अरुंधतीच्या मनगटात अडकवलं. बाळाला घेऊन जाणारी ती पुन:पुन्हा मागे वळून अरुंधतीला हात करत होती.

समीरला कंपनीनं ज्या अपार्टमेंटमध्ये फ्लॅट दिला होता तिथं राहणाऱ्या 'कॅथरिना' आणि 'निबिलीया'. एक फ्रेंच तर दुसरी अरब, दोघीही अरुंधतीशी मैत्री करायला खूप उत्सुक होत्या. दोघींनाही तिचा पंजाबी ड्रेस, टिकली आणि मंगळसूत्र खूप आवडायचं. दोघींनीही तिला कॉफीसाठी बोलावलं होतं, पण अरुंधती मात्र अजून गेली नव्हती. कॅथरिना तिच्या दरवाज्यात उभी राहून अरुंधतीला 'बोजो', 'बोजो' करायची. ती दरवाज्यात आली की पाठोपाठ तिची तीनही मुलं डोकवायची. दुसऱ्या दिवसापासून अधिक मास सुरू होणार होता. आहे त्यापेक्षा थोडी जास्त उपासना, म्हणजे गणपती अथर्वशीर्षाची एकवीस आवर्तनं आणि 'गणेश-गीते'चं वाचन करायचं अरुंधतीनं ठरवलं. अरुंधतीला भारतातल्या तिच्या घराची, देवघराची, नेमनियमांची आठवण झाली. घरापासून किती दूर आहोत या विचारानं मन उदास

झालं. पण क्षणभरच, तिनं मनाची उदासीनता झटकली. अपार्टमेंटच्या बगिच्यातून जास्वंदीची फुलं आणि दुर्वा आणल्या. सकाळची पूजा, उपासना व्यवस्थित झाली. अधिकाचा पहिला दिवस म्हणून नैवैद्याला पुरण घातलं होतं. साग्रसंगीत नैवेद्य दाखवला, हात जोडून प्रार्थना करताना म्हटलं, "तू आहेसच यावर आमची श्रद्धा आहे, पण हे सगळं करतोय ते तुझ्यापर्यंत पोहोचतंय का?" स्वत:च स्वत:ला विचारलेला प्रश्न होता तो, देव काही उत्तर देणार नव्हता म्हणून ती शांत बसली; त्याच क्षणी बेल वाजली. दरवाज्यात कॅथरिना होती. तिने अरुंधतीला गणपतीसारखा दिसणारा, पांढरट, निळसर रंगाचा, सोंड उंच केलेला चिनीमातीचा छोटासा हत्ती भेट म्हणून दिला. मोडक्यातोडक्या इंग्रजीत ती उत्तरली, "हे माय फेअर लेडी, धिस इज ए गिफ्ट फॉर यू!" अरुंधती अविश्वासानं त्या फ्रेंच स्त्रीने दिलेल्या त्या भेटवस्तूकडे बघत होती. तिनं देवाला विचारलेल्या प्रश्नाचं उत्तर मिळालं होतं.

आणि ती काळ्या रंगावर ब्राउन रंगाची डिझाइन असलेली शाल. समीरचे प्रोजेक्ट डायरेक्टर 'हेडमन'. अधूनमधून त्यांची जर्मनीहून प्रोजेक्टला भेट असायची. तो डिसेंबर महिना होता, ख्रिसमस इव्हचे निमित्त साधून एक छोटी फॅमिली पार्टी होती. सगळे उत्साहाने पार्टीला आले होते. आलेल्या सगळ्यांशी 'हेडमन' छान बोलत होते. त्यांनी सर्वांचं स्वागत करणारं भाषण केलं. सगळ्यांशी ओळख, गप्पा-गोष्टी सुरू होत्या. पार्टीचं आयोजन मेरिडीयन समुद्राला लागूनच असलेल्या एका भव्य पंचतारांकित हॉटेलमध्ये केलं होतं; त्यामुळे समुद्रातून पकडून आणलेला जिवंत 'लॉबस्टर' बघितला, स्टार्टर म्हणून तळलेले माशाचे तुकडे, मेन मेन्यूमध्ये स्टफ्ड फिश आणि शेवटी मोठ्या ट्रेमध्ये बर्फाचा डोंगर आणि तो तोडून त्यात मुरवलेल्या माशाचे तुकडे, सगळे मत्स्यमय झाले होते. समीर आणि अरुंधतीनं सॅलड, सूप, पास्ता आणि आइस्क्रीम एन्जॉय केलं. पार्टीची मजा घेऊन सगळे घरी परतले. दुसऱ्या दिवशी ऑफिसमध्ये गेल्यावर साइट मॅनेजरनं समीरच्या हातात सुंदर कागदात रॅप केलेली एक भेटवस्तू ठेवली अन् म्हणाले, "धिस इज फॉर युवर वाइफ, फ्रॉम मी. हेडमन." घरी आल्यावर दोघांनीही अतीव उत्सुकतेनं ती गिफ्ट उघडली. आतमध्ये एक उबदार शाल!! का कुणास ठाऊक अरुंधतीला त्या शालीच्या स्पर्शात खूप वर्षे पारख्या झालेल्या बाबांच्या मायेची ऊब जाणवली. त्या वस्तूंवरून हात फिरवताना अरुंधतीच्या मनात आठवणींच्या मंद मधुर सुगंधाचा प्राजक्त फुलला होता.

स्मरणशक्ती तीव्र असणं हा गुण की अवगुण? माहीत नाही. अरुंधतीच्या बाबतीत तो दुर्गुणच होता. कारण कितीही वर्षांपूर्वीची आठवण असली तरी ताजीच. प्रत्येक घटनेतला शब्द न् शब्द पाठ- हा या प्रसंगी असा वागला, तो तसा चुकला, प्रेमानं बोलावूनही कार्यक्रमाला आला नाही, सगळ्या घटना मनाला त्रास देणाऱ्या.

मनातल्या निवडुंगाचे काटे मग सारखे बोचत राहायचे. काही काटे तर बोचूनबोचून नासूर झालेले. समीरशी कधी शाब्दिक चकमक झालीच तर सगळ्या घटनांची क्रमवार उजळणी अगदी फटाफट - सगळे प्रसंग जीभेच्या टोकावर. मनात या दु:खद आठवणींचा 'सा' सतत आळवत राहणं हा छंदच होता तिचा. 'समीर आपण इतकं चांगलं वागूनही माणसं अशी का वागतात रे?' याचं तिला कायम कोडं पडलेलं असायचं. आता ते कोडं सुटलं होतं. तिनं मनातल्या मनात स्वत:लाच प्रश्न विचारला होता- कुठलंही नातं नसताना देश, भाषा, प्रांत सगळंसगळं वेगळं असताना अगदी नात्याच्याही पलीकडे जाऊन माणसं इतकी प्रेमानं कशी वागू शकतात?

'सारा'नं घातलेल्या अंगठीनं आईच्या प्रेमाचा विश्वास दिला होता, त्या खड्यांच्या ब्रेसलेटमध्ये लेकीची माया सापडली होती, कॅथरिनानं दिलेल्या छोट्याशा हत्तीनं मैत्रीच्या धाग्यात बांधलं होतं कायमचं. आणि ती काळी शाल, तिच्या उबेत तिला पित्याची माया सदैव लाभणार होती. या सगळ्या वस्तू खूप मौल्यवान होत्या अशातला भाग नव्हता. कदाचित तिथंच सोडून द्याव्या असं वाटावं अशा होत्या. पण त्या प्रत्येक वस्तूच्या स्पर्शानं 'आई', 'लेक', 'मैत्रीण', 'पिता' या अनेक नात्यांचे पदर हळुवारपणे उलगडले होते रेशमी शेल्यासारखे. नातं नसताना इतक्या प्रेमानं वागणारी ही मंडळी. मग माझीच सगळी जवळची, नात्यातली; चुकली असतील कधीतरी. विसरून जाऊ या का सगळं? तिनं स्वत:च्या मनाला प्रश्न केला.

अरुंधतीनं डोळे बंद केले आणि खूप खोल श्वास घेतला अन् मनातल्या निवडुंगाचे काटे गळून पडले. त्यावर असंख्य मोरपिसं फुलली होती, गर्भरेशमी पोताची, गहिऱ्या गडद निळ्या, हिरवट रंगाची, सुखद स्पर्शाची, मोरपिसाच्या वरच्या मऊ काड्या अलग केल्या की शहारणारी, अन् जवळ आल्या की त्या निळ्या, हिरवट किरमिजी रंगाच्या हृदयाचा आकार घेणारी; कधी हृदयाचा भास देणारी तर कधी डोळ्यांचा. डोलणारी असंख्य मोरपिसं!! दोन्हीही अवयव महत्त्वाचेच. साऱ्या ब्रह्मांडातलं प्रेम ज्यात साठलंय ते हृदय आणि ते व्यक्त करायचं माध्यम डोळे!

विज्ञानाच्या भाषेत हृदयाचं कार्य रक्त शुद्ध करायचं आणि डोळ्यांचं बघण्याचं! पण त्याही पलीकडे साऱ्या विश्वातलं प्रेम हृदयात साठवायचं अन् ते डोळ्यांच्या माध्यमातून व्यक्त करायचं मग जणू झरा वाहतो विश्वप्रेमाचा. डोळे बंद करायचे दृष्टीच्याही पलीकडचं एक जग दिसायला लागतं अज्ञाताचं, जाणिवेच्या पलीकडलं, नेणिवेपर्यंत नेऊन सोडणारं!

त्या मोरपिशी आठवणींनी अरुंधतीला नेणिवेच्या जगात नेऊन सोडलं होतं.

◆

(मी मराठी डॉट नेटवर प्रसिद्ध)

पुनर्जन्म एका कलाकाराचा

आज अनुराधाचा वाढदिवस होता. सकाळी अंघोळ करूनच तिनं शेखरला डबा दिला. छान केशर, वेलची, जायफळ घालून शिरा केला. त्यावर काजू-बदामाचे काप पेरले होते. सगळ्या डब्याचाच देवाला नैवेद्य दाखवला. संध्याकाळी वाटलंच तर बाहेर जायचं, नाही तर घरीच एखादी छानशी डिश बनवायची असं तिनं मनाशीच ठरवलं. हल्ली बाहेर जेवण्याचं फारसं अप्रूप वाटत नव्हतं. डब्याबरोबर तिनं स्वत:चाही स्वयंपाक केला होता. पूजा झाली, कामवाल्या बाई पण काम करून गेल्या होत्या.

सकाळीच तिनं सासूबाईंना आणि आईला नमस्काराचा फोन केला होता; सगळ्यांचे वाढदिवसाचे शुभेच्छांचे फोनही येऊन गेले होते. सकाळपासून वेळ छान चालला होता. मनाला त्रास होईल अशी एकही घटना घडली नव्हती.

आता सगळा मोकळा वेळ अनुराधाचा होता. हवं ते वाचायचं, हवं ते लिहायचं. आता साडेदहा झाले होते, पुढे साडेसातपर्यंतच्या सगळ्या वेळेची ती मालकीण होती. मनातून अनामिक आनंदाच्या लहरी येत होत्या.

मग ती बेडरूममध्ये गेली, तिचा वॉर्डरोब उघडला, विविध प्रकारच्या साड्यांनी गच्च भरलेलं कपाट- प्युअर सिल्क, कॉटन, गढवाल, इरकली, पैठणी- प्रत्येक साडीच्या खरेदीबरोबर कुठली तरी छानशी आठवण! हळूच दागिन्यांचा लॉकर उघडला- पाटल्या, बांगड्या, तोडे, गोठ, मोहनमाळ, श्रीमंत हार, ठुशी, नेकलेस. वाकी, मोत्याचा सेट, पोवळ्याचा सेट, सोन्याचं घड्याळ- हळुवारपणे सगळ्या दागिन्यांवर तिनं हात फिरवला. पुतण्याच्या लग्नासाठी काढलेले हे दागिने उद्याच लॉकरमध्ये टाकायला हवेत अशी सूचनाही तिनं मनाला दिली. बँकेच्या लॉकरमधली चांदीची भांडी तिच्या डोळ्यांसमोर तरळली. लक्ष्मीचा वरदहस्त जाणवत होता.

सगळ्या घरभर नजर फिरवली. किती मोठं घर! ते देखील डोंबिवलीसारख्या मुंबईच्या उपनगरात! स्वप्नातलं घर. मनात तृप्तता नुसती ओतप्रोत भरली होती.

इंजिनिअर झालेली मुलगी, तिचा इंजिनिअर जोडीदार. नाशिकला बांधलेला स्वत:चा छान बंगला. ईश्वरी कृपेचा वर्षाव यापेक्षा काही वेगळा असतो का? तिच्या मनात प्रश्न आला. ही तृप्तता अनुराधानं खूप खोल खोल श्वास घेत तिच्या आतल्या मनात, हृदयात साठवून ठेवली.

लॉकर्सच्या खाली एक कप्पा होता. त्यात तिच्या प्रशस्तिपत्रकांची फाइल आणि तिच्या लिखाणाच्या डायऱ्या होत्या. अनुराधानं प्रशस्तिपत्रकांची फाइल हातात घेतली, आवडती सीडी लावली. झोपाळ्यावर बसून ती थोडी रिलॅक्स झाली. फाइल चाळता चाळता गाण्याचे सूर कानावर पडत होते, सलीलचा हृदयाला स्पर्शून जाणारा आवाज-

आताशा असे हे मला काय होते,
कुण्या काळचे पाणी डोळ्यांत येते
बरा बोलता बोलता स्तब्ध होतो
कशी शांतता शून्य शब्दांत येते

आणि अनुराधा खरंच स्तब्ध झाली. तिचे शब्द मूक झाले, डोळ्यांतून आसवांच्या धारा वाहायला लागल्या.

प्रशस्तिपत्रकांनी फाइल गच्च भरली होती. चित्रकला, गायन, निबंध, कथालेखन, रसास्वाद कसली प्रशस्तिपत्रकं नव्हती त्या फाइलमध्ये? ७० साली पहिलं प्रशस्तिपत्रक मिळालं ते जिल्हा पातळीवरच्या चित्रकला स्पर्धेचं. त्या वेळचा तो क्षण अजून आठवत होता तिला- शाळेचा शिपाई घरी आला होता तिला बोलवायला, शाळेच्या स्मरणिकेत देण्यासाठी सगळ्या शिक्षकांबरोबर फोटो काढायचा होता, मग तिची उडालेली धांदल! काहीतरी वेगळं करायचं म्हणून तिरपा भांग पाडून घातलेली वेणी! मोजकेच कपडे असायचे, त्यातलाच एक चांगलासा स्कर्ट-ब्लाउज घातला होता. त्यावर रशीदानं, तिच्या जीवलग मैत्रिणीनं दिलेले कानातले-गळ्यातले घातले होते. हातात अंगठीही घातली होती. शिक्षकांच्या दोन रांगा, त्यांच्यासमोर छोटं स्टूल टाकून तिला बसवलं, मग फोटो घेतला गेला. तिनं बाबांबरोबर जाऊन जळगावच्या कलेक्टर ऑफिसमधून पुरस्कार घेतला होता. शाळेतल्या प्रत्येक निबंध स्पर्धेत तिला पहिला पुरस्कार ठरलेलाच असायचा, त्यानंतर कॉलेज जीवनातली असंख्य बक्षिसं.

तिला लहानपणापासून लिखाणाची आवड होती. आठवीत असताना पहिली कथा लिहिली; त्याच कथेला पुढे रेल्वे कल्चरल ॲकेडमीच्या 'वेग' मासिकाचा प्रथम पुरस्कार मिळाला. पुढे तिनं बऱ्याच कथा लिहिल्या. चारचौघी, गृहलक्ष्मीसारख्या मासिकांनी तिच्या कथांचा गौरव केला होता. अनेक चित्रं काढली. एखादा विषय

घेऊन, त्यावर लिखाण करून मग पेंटिंग केलं, एखाद्या मोठ्या चित्रकारानं कौतुक करावं इतकी सुंदर. गाण्याची आवड होती, गाणं शिकण्याचा प्रयत्न केला.

आत्ता या क्षणी त्रेपन्नाव्या वर्षांत पदार्पण करत असताना ती आपल्या आयुष्याचा पट उलगडून बसली होती आणि तिच्या डोळ्यांतून आसवांच्या सरी वाहत होत्या. सृजनशीलतेची प्रचंड ऊर्जा असूनही योग्य दिशा न मिळाल्यामुळे हातून काही घडलंच नाही. आयुष्यातले अनेक क्षण हातातून निसटून गेल्याची खंत, बोच तिला जाणवत होती.

आयुष्याच्या प्रत्येक वळणावर नवी भूमिका निभावताना एक मुलगी, बहीण, पत्नी, सून, वहिनी प्रत्येक वळणावर एकेका कलेचं विसर्जन करत करत आयुष्य पुढे जात होतं.

अनुराधा त्यावेळी अकरावीत होती. तिनं काढलेलं चित्र बघायला रेल्वे कॉलनीतले सगळे जमायचे, तिचे चित्र बघताना सगळ्यांना काय अप्रूप वाटायचं. तिची नीटनेटकी वही, भान विसरून चित्र काढणं. दिवाळीच्या लक्ष्मीपूजनाला समोरच्या अंगणात दुष्यंताला पत्र लिहिणारी शकुंतला तरी असायची, नाहीतर कमळातली महालक्ष्मी. बाबा तिच्या डोक्यावर हात ठेवून मोठा आशीर्वाद द्यायचे, "बाई, मोठी चित्रकार होणार गं तू! आपण मुंबईला जाऊन जी.डी. आर्ट्सच्या कोर्सची चौकशी करू या!" त्यांनीच तिच्या मनात या शिक्षणाची स्वप्नं फुलवली होती. तिनं अकरावीची परीक्षा दिल्यानंतर बाबा चौकशीसाठी मुंबईला गेले. तो दिवस अनुराधा अगदी हरवल्यासारखी वागत होती, मन मोरपिसासारखं हलकं झालं होतं, आता आपल्या आवडीचं शिक्षण मिळणार या विचारांचा आनंद मनात मावत नव्हता. बाबा घरी आले पण ते फारसे उल्हसित नव्हते. तिथल्या शिक्षणाचा खर्च ऐकून त्यांच्या डोक्यावर मणाचं ओझं आलं होतं. "बाबा काय झालं?" अनुराधानं अपार उत्सुकतेनं विचारलं, तिला उत्तर देताना बाबांचे डोळे पाणावले होते,

"बाई, तू इथल्याच आर्ट्स कॉलेजला जा, तू आमच्यापासून शिक्षणासाठी दूर गेलीस तर आम्हाला अजिबात करमणार नाही गं!" पण हे असं उत्तर देताना त्यांच्या नजरेसमोर खर्चाचा आकडा उभा होता, इतर तिघा मुलांच्या शिक्षणाच्या जबाबदारीचीही जाणीव टोचत होती. अनुराधाच्या निरागस, भाबड्या डोळ्यांत पाणी आलं. तिच्या मनातला चित्रकार विसर्जित झाला होता.

बी.ए. झाल्यानंतर एम.ए.च्या टर्म्स भरायच्या तर दादाला त्याचा दुधाचा व्यवसाय सुरू करायचा होता, मग लग्नाशिवाय दुसरा पर्यायच नव्हता.

लग्नानंतर छान लिखाण करायचं ठरवलं तिनं, पण मुंबईच्या उपनगरातलं ते दीड खणाचं घर, त्यात आत्येसासरे आणि सासूबाई त्यांच्याजवळ, त्यांची वर्चस्व गाजवण्याची वृत्ती, त्यांच्या मजल्यावर त्यांच्याशिवाय कुणाकडेच टीव्ही नाही,

आत्येसासूबाई सगळ्यांना टीव्ही बघायला बोलवायच्या, रात्री झोपायला उशीर; सकाळी उठून शेखरचा डबा. आत्येसासऱ्यांच्या कडक वागण्याची मनात बसलेली भीती- अनुराधाला लिखाणासाठी सुचलेले विचार कधी कागदावर उतरलेच नाहीत. एकाच्या पगारात होणारी ओढाताण, वाढते खर्च, अगदी मुंबईत नाही तरी डोंबिवलीसारख्या उपनगरात स्वत:चं घर घेऊ शकतो, पण यासाठी तिच्या नोकरीची जोड आवश्यक होती; असा विचार करून मग ती नोकरीसाठी शेखरच्या मागे लागली. ग्रॅज्युएट ती होतीच, टायपिंग येत होतं; शिवाय लग्नाच्या आधीचा दोन वर्षांचा नोकरीचा अनुभव गाठीशी होताच. तिला लगेचच चांगल्या कंपनीत नोकरी मिळाली; त्यानंतर तिच्या लेकीचं आगमन आणि १८ वर्षं नोकरीच्या चक्रात अडकलेलं जीवन. अनेक कथाबीजं मनात उमलायची, कितीतरी ललित लेख मनात स्फुरायचे, पण रोजची धावपळ अन् दगदग. हातून लिखाण व्हायचंच नाही, शिवाय मोठं घर घेतल्यानं पाहुण्यांची वर्दळ वाढली होती. कधी सख्ख्या सासूबाई, कधी आई-बाबा, कधी दीर-जाऊ. नोकरीच्या व्यापात या सगळ्यांचं करताना दमायला व्हायचं. त्यातच तिच्या मामांना कॅन्सर झाला म्हणून मामांचे सगळे कुटुंबच त्यांच्याकडे राहायला आले, बरं मामीला कामाची उमज नाही; त्यामुळे सगळ्या जबाबदाऱ्या हिच्यावरच. या चक्रात फिरत असताना तिच्यातल्या लेखिकेचं कधीच समर्पण झालं होतं.

मग लेकीचं शिक्षण, तिचं करिअर, तिचं आयुष्य घडवताना, नादमय बनवताना अनुराधाच्या मनातले गाण्याचे सूर कधीच दूर निघून गेले होते. ते सूर कधीतरी साद घालायचे आणि तिचं मन त्या ओळींभोवती रुंजी घालायचं,

दूर आर्त सांग कुणी छेडिली बासरी...

शेखर तिच्यातले कलागुण जाणून होता. त्याला उगीचच खंत वाटायची; म्हणायचा, ‘‘अनु, आपल्या घरातल्या जबाबदाऱ्या, तुझी नोकरी यात तुझं लिखाण, गाणं राहूनच गेलं गं. आता लवकर नोकरी सोड आणि तुझे छंद जोपास.’’

ती हसून म्हणायची, ‘‘बस, आता थोडेच दिवस!’’

मानसीला, तिच्या लेकीला पुण्याला ॲडमिशन मिळाली आणि शेखर नोकरीसाठी परदेशी गेला. अनुराधानं नोकरी सोडली. तिनं आणि मानसीनं पुण्यात भाड्यानं घर घेऊन राहायचं ठरवलं. डोंबिवलीच्या बंद घराची काळजी घेणं, पुण्यात स्थिर होणं यासाठी अनुराधाच्या डोंबिवली-पुणे चकरा सुरू झाल्या. आत्येसासूबाई-सासरे तिच्याजवळ पुण्यात आले. आता तर सगळ्या जबाबदाऱ्या एकटीनं पेलताना तिला क्षणाचीही उसंत नव्हती, मग कसलं लिखाण आणि कसलं गाणं.

मानसीचं शिक्षण पूर्ण होऊन तिचं लग्न झालं. शेखर परतून आला. सासूबाई-सासरे वारले, आज मनाला थोडी स्वस्थता मिळाली म्हणून ती फाइल चाळत होती, अन् तिच्या मनातली खंत आसवांच्या सरीतून बाहेर पडत होती. किती कलागुण

होते तिच्यात, किती कलासक्त मन होतं तिचं. सासर-माहेरची माणसं, कुणाला तरी तिच्या या कलागुणांची जाणीव होती का? दागदागिने, मोठं घर, साड्यांनी भरलेली कपाटं हीच होती का तिच्या सुखाची परिमाणं? तिच्यातला कलाकार अतृप्त होता, तळमळत होता. ही अतृप्तता, ही तळमळ अश्रुंच्या रूपात बाहेर पडत होती. तिच्यातल्या कलाकाराला असं प्रत्येक वळणावर विसर्जित होताना तिचं मन मात्र रडत होतं. तिला खूप काही करायचं होतं. का हे आयुष्य असं हातातून निसटून गेलं याची जाणीव नेमकी आज अगदी वाढदिवसाच्याच दिवशी होत होती. देवाजवळ प्रार्थना करताना तिनं एक विनंती केली, "ईश्वरा, या जन्मात नाही जमलं, पण पुढचा जन्म माणसाचाच दे. गाणं, चित्रकला, लिखाण सगळं घडू दे हातून." डोळ्यांतल्या आसवांना परतवून लावत असताना तिला एक क्षणभर गुंगी आली आणि कुणीतरी कानाशी गुणगुणत होतं,

अगं बघ तुझा हा रेखीव संसार, प्रत्येक गोष्ट कशी
नीटनेटकी आणि सुबक, प्रत्येक डब्यावर लावलेलं लेबल

त्यात बरोबर तीच वस्तू, ती टेबलावरची फ्लॉवर अरेंजमेंट, ते भिंतीवरचं तू केलेलं पेंटिंग! सगळं कसं आखीव अन् नियोजनबद्ध. संसाराचं हे असं सुंदर चित्र एखाद्या चित्रकारालाच जमतं, मला भेटला की तुझ्यातला चित्रकार!

तुझ्या मनातल्या सात्त्विक विचारांचे संस्कार तू तुझ्या
लेकीवर करत होतीस म्हणून ती इतकी चांगली घडली,
हा तर तुझ्यातल्या लेखिकेचा चालता बोलता आविष्कार
आणि गाण्याचं म्हणशील तर तिन्हीसांजेच्या
वेळेला, समईची ज्योत उजळल्यावर आर्त स्वरात
केलेली ईश्वराची आळवणी, ती भजनं, भक्तिगीतं
सुरेल स्वरांनी देवाला घातलेली साद, तुझ्यातल्या
सुरांना, गाण्याला जोपासत होतीच.

तिच्या कानात पडणारे ते शब्द 'ईश्वरी' होते. कदाचित तो तिच्या आतल्या मनाचाच आवाज होता, पण तो आवाज ईश्वरी होता, ती वाणी अमृतवाणी होती.

डोळ्यांतल्या आसवांना तिनं कधीच पुसून टाकलं होतं. तिच्या ओठांवर हसू उमटलं होतं, ते हास्य मनापासून होतं. तिनं परवाच काढलेलं गजानन महाराजांचं चित्र घेतलं, ते देवासमोर ठेवलं. एक छोटंसं लिखाण केलं होतं, 'भाव ते दृष्टनिष्ठा-प्रवास भक्तीचा' तेही फोटोसमोर ठेवलं. आणि ती शांतपणे हात जोडून, डोळे मिटून गजानन महाराजांची मानसपूजा म्हणत होती. आणि मग ते गाणं, त्यातल्या ओळी;

नच वाण कोणतीही सौख्यास पार नाही
कांता सुपुत्र सारे दैवच प्राप्त होता
शेगांवच्या महंता...

तिच्यातला कलाकार कदाचित या जगापुढे उघड झाला नसेल पण या चराचराला, साऱ्या जगाला निर्माण करणाऱ्या त्या जगन्नियंत्यापुढे मात्र ती कलाकारच होती. त्याच्यासमोर गाताना, त्याचे चित्र काढताना, त्याच्याविषयी लिहिताना तिच्यातला कलाकार मोकळा श्वास घेत होता.

तिच्यातल्या कलाकाराचा हा पुनर्जन्म होता. अनुराधा मनापासून हसली, तिच्या मनात गाण्याच्या ओळी उमटत होत्या-

एकाच या जन्मी जणू फिरूनी नवी जन्मेन मी ।

एक आगळावेगळा वाढदिवस साजरा झाला होता तिचा.

◆

(मी मराठी डॉट नेट व मायबोली डॉट कॉमवर प्रसिद्ध)

तेरे फुलोंसे भी प्यार...

तेरे फुलोंसे भी प्यार, तेरे काँटोंसे भी प्यार
जो भी देना है दे दे करतार, दुनियाके तारनहार
चाहे सुख दे या दुख, चाहे खुशी दे या गम
मालिक जैसे भी रखेंगे वैसे रह लेंगे हम
चाहे हंसीभरा संसार दे, या आँसुओंकी धार

गाण्याच्या ओळी कानावर पडत होत्या. कुणाला दाद द्यायची? लताच्या मधाळ, हृदयस्पर्शी आवाजाला, सी. रामचंद्रांच्या कर्णमधुर संगीताला की कवी प्रदीपच्या व्यथित करून सोडणाऱ्या शब्दांना? लताचा मधुरतम आवाज दूर दूर क्षितिजापर्यंत पोहोचलेल्या सागरावर विहार करणाऱ्या संथ नौकेसारखा मनात शिरत होता. एक नादानुसंधान तयार झाले होते. निश्चल उभा असा 'तो', त्याचं दर्शन घेणारा कुणीतरी 'मी' आणि डोळ्यांसमोर दिसणारं 'विश्व' लय पावलं होतं. त्रिपुटी संपली होती. वाटलं, हाच तो 'क्षण' असावा, 'ब्रह्म अनुभव दे रे राम' असं आर्तपणे आळवणारा कुणीतरी त्याला पुसटसा त्या अनुभवाचा 'स्पर्श' देणारा.

आश्रमात गर्दी उसळली होती. आज माघ शुद्ध पंचमी. कालची माघी गणेश चतुर्थी आणि आजची पंचमी. दोन दिवस आश्रमात नुसतं उत्साहाला उधाण असतं. आज पंचमीचा प्रसाद घेऊन सगळे आपापल्या घरी परतणार. इतकी गर्दी होती पण सगळं शिस्तीत आणि शांततेत सुरू होतं. प्रसादाची रांग सुरू झाली की, मग जुन्या हिंदी गाण्याच्या सीडी लावल्या जातात. आताही लताचे मधुर सूर कानावर पडत होते. भान हरवल्यासारखं होत होतं. आम्ही दोघंही रांगेत उभे होतो. क्षणभर मागे वळून बघितलं आणि धस्सच झालं. बऱ्याच लांब अंतरावर 'श्रीया' उभी होती, तिच्या दोघी मुलींना घेऊन. दोन्ही मुली वयानं तशा लहानच. पण उंच शिडशिडीत, तिच्या खांद्याच्याही वर पोहोचणाऱ्या. एक नववीत, तर दुसरी सातवीत. दोघींनीही

केसांचे फ्लिक्स कापून मागे उलटे वळवलेले. केसांच्या बटा मध्येच कपाळावर झेपावत होत्या. मग हातानं त्या बटा मागे सारत होत्या. श्रीयाच्या कानात दोन्ही बाजूंनी काहीतरी कुजबुजत होत्या. मी पटकन माझी नजर दुसरीकडे वळवली. तिला भेटावं असं वाटूनही भेटले नव्हते म्हणून की तिला भेटायचं धैर्य नव्हतं म्हणून? परत एकदा मागे वळून डोळ्यांच्या कोपऱ्यातून हळूच तिला बघितलं आणि मान पुढं केली. मला तिच्याकडे बघणंही शक्य नव्हतं. भेटणं तर फारच दूर; पण तरीही मनाशी नक्की ठरवलं होतं की, हा सगळा कार्यक्रम संपला की, निवांतपणे तिला भेटायचं, तिच्याशी बोलायचं, सगळं धैर्य एकवटून.

शरीरानं असहकार केला तरी मन कधीच तिच्या आठवणींत बुडालं होतं. तसं तिचं माझं नातं नव्हतंच मुळी आणि ती माझी मैत्रीणही नव्हती. माझा धाकटा दीर, सुजय, त्याच्या मित्राची हर्षदची ही बायको. सुजय औरंगाबादला असायचा. एकदा त्याचा फोन आला, ''वहिनी, माझा मित्र आणि त्याची बायको मुंबई बघायला यायचं म्हणतात, त्यांची राहाण्याची व्यवस्था नाहीय कुठं. तुमच्याकडे आलो तर चालेल का?'' नेहमीच्या स्वभावाप्रमाणे स्वत:ला काय त्रास होईल याचा विचार न करता मी पटकन होकार दिला. मग सुजय, धाकटी जाऊ, त्यांचा मुलगा, सुजयचा मित्र हर्षद, त्याची बायको आणि दोन मुली!! सगळे माझ्याकडे उतरले होते. माझी नोकरी, त्यात हे सगळे राहायला आलेले; कसं केलं होतं कुणास ठाऊक? मी नुकताच पंजाबी डिशेशचा क्लास केला होता; मग सगळ्यांसाठी नवरतन कुर्मा, पंजाबी समोसे असा बेत केला. खूप मजा आली. तिच्या या मुली तर खूप लहान होत्या. मोठी 'डिंगी' आणि धाकटी 'सिमू'- देवयानी अन् सिमरन. सिमू नुकतीच पोटावर सरकत रांगायला शिकली होती. सगळ्या घरभर पोटावर सरकत, दिसेल ती वस्तू तोंडात घालून तिनं धमाल उडवली होती. आम्ही सगळे तिच्यापाठी धावत होतो. 'अगं अगं हे घातलं तोंडात, अगं अगं ते घातलं तोंडात' असं चाललं होतं. चार दिवस ते माझ्याकडे होते. मग आम्ही सगळ्यांनी ग्रुप फोटो काढले. सगळा गोंधळ, नंतर आलेला प्रचंड थकवा थोडासा रागही देऊन गेला होता. काय बाई लोकांकडे इतकं का राहायचं! पण सुजयनं 'आम्ही येऊ का' असं विचारूनच ते सगळे आले होते. नाही म्हणण्याचा अधिकार होता मला, तेव्हा असं रागावणं योग्य नाही असं मनाला समजावून मी तो विचार मनातून काढून टाकला होता.

कुठलंही नातं नसताना, मैत्री नसताना, तिच्याशी ओळख झाली ती अशी. तीसुद्धा माझ्या अगत्यानं भारावली होती. मग केव्हाही भेटली की, आवर्जून गप्पा मारायची. त्या चार दिवसांच्या सहवासानं आम्हाला एका अनोख्या नात्याच्या बंधनात बांधून टाकलं होतं. ते आमच्याकडे राहायला आले होते त्यावेळेस एक दिवस सगळ्यांना घेऊन आम्ही या आश्रमात आलो होतो. हर्षदला इथलं सगळंच

आवडलं होतं. मंदिर, आश्रम, इथं चालणारे उपक्रम, साजरे होणारे चार उत्सव! तो सगळ्या कार्यक्रमात उत्साहानं भाग घ्यायला लागला. आश्रमाचा कार्यकर्ताच झाला तो. आम्हा सगळ्यांना या आश्रमानं, तिथं साजऱ्या होणाऱ्या उत्सवांनी एका सूत्रात बांधून ठेवलं होतं, त्या निमित्तानं आमच्या वारंवार भेटी होऊ लागल्या. श्रीयाचं वागणं, बोलणं, दिसणं सगळंच मला आवडायला लागलं होतं. उंच शिडशिडीत बांध्याची, आश्रमाच्या कार्यक्रमाला हमखास काठापदराच्या कॉटनच्या साड्या नेसून यायची. लक्ष वेधून घेईल एवढी मोठी टिकली लावायची कपाळावर. खूप गोड दिसायची टिकली तिच्या चेहऱ्याला. मी तिला एकदा म्हटलं होतं, "श्रीया, फार मोठी टिकली लावतेस गं तू, छान दिसते तुला; पण आता ही फॅशन गेलीय."

तर हसत म्हणाली होती, "तुमचे हर्षद भावजी दिसले पाहिजेत ना कपाळावर, ठसठशीत!" अन् मग हसत होती. प्रसन्न व्यक्तिमत्त्वाची, क्षणोक्षणी हसणारी, ईश्वरावर नितांत श्रद्धा असणारी, सगळं त्याच्या इच्छेनं घडतंय असं मानणारी, खूपच वेगळी, मनस्वी. कार्यक्रम संपला की, निघताना सुटसुटीत पंजाबी ड्रेस घालून आणखी छान दिसणारी.

मधल्या काही वर्षांत त्यांचं येणं एकदमच बंद झालं. सुजयकडून समजलं- हर्षदला सिंगापूरला नोकरी मिळाली. बऱ्याच वर्षांनी ते सगळे एका कार्यक्रमाला आले आणि मी चकितच झाले. हर्षदची तब्येत छान झाली होती म्हणजे मस्त सुटला होता. सुखवस्तू वाटत होता. देवयानी आणि सिमरन मोठ्या झाल्या होत्या आणि श्रीयाच्या कडेवर एक छोटंसं पिल्लू होतं. खूप अंतरानं झालंय असं वाटत होतं. मी विचारलं देखील, "काय श्रीया, हे कॅलेंडर कधी?" मला ती शोभावहिनी अशी हाक मारायची. म्हणाली, "शोभावहिनी, खूप बोलायचंय तुमच्याशी, हा कार्यक्रम संपला की, निवांत बसू जरा गप्पा मारत." मी पण हो म्हटलं. त्या दिवशीच्या कार्यक्रमाचं नियोजन आमच्याकडे होतं; त्यामुळे मी आणि हे कार्यक्रमात व्यग्र होतो आणि हर्षदजवळच्या आधुनिक कॅमेऱ्यामुळे त्याला कार्यक्रमाचे फोटो काढण्याचं काम मिळालं होतं. तो भराभर फोटो काढत होता. फोटो काढत असताना हे पिल्लू - 'ईशान' त्याचं नाव - इतकं मध्येमध्ये करत होतं की बस्स! पण हर्षद त्याला अजिबात रागावत नव्हता. त्याच्याजवळचा कॅमेरा प्रचंड महागडा होता. तो किमती कॅमेरादेखील ईशानच्या हातात देत, त्याला कडेवर घेऊन कॅमेरा कसा वापरायचा ते दाखवत होता. अवघं चार वर्षांचं पोरगं ते. सगळं बघताना जाणवलं, खूप लाडका दिसतोय लेक!

कार्यक्रम संपला आणि आम्ही बाहेरच्या कट्ट्यावर विसावलो. ती खूप भरभरून बोलत होती, "शोभावहिनी, खूप नवसा-सायासांनी झालाय हा. सिमनरच्या पाठीवर खूप वर्षांनी दिवस राहिले. आम्हाला दोघांनाही आनंद झाला, पण हा आनंद जास्त

दिवस टिकला नाही. ती 'एक्टोपिक प्रेग्नंसी' निघाली. हजारात एखादीच केस. गर्भनलिकेतील गर्भधारणा. काढून टाकण्याशिवाय गत्यंतरच नसते. गर्भाची वाढ होता होता नलिका फुटली तर आणखी गुंतागुंत. खूप जिवावरच्या गोष्टी. पुढे दिवस राहण्याची शक्यता पन्नास टक्के! या सगळ्या संकटांना तोंड देऊन जिद्दीने उभी राहिले. मला मुलगा हवा होता. मग नवस-सायास, डॉक्टरी उपाय. सिमरनच्या पाठीवर तब्बल बारा वर्षांनी झालाय हा. मला मुलगा हवाय ही माझी प्रबळ इच्छाशक्ती! माझी गाढ श्रद्धा आहे गणेशावर. मला मुलगा हवा होता; झाला. एवढा एकच हट्ट केला त्याच्याकडे; बाकी माझी कसलीही तक्रार नाही. ईश्वरानं जे जे दिलंय ते मी आनंदानं स्वीकारलं. जीवनातला प्रत्येक क्षण त्याचाच प्रसाद वाटतो मला. मध्यंतरी हर्षदची नोकरी गेली; पण डगमगले नाही. माझं फॅशन डिझायनिंगचं शिक्षण कामाला आलं. किती दिवस घरी होता, पण सांभाळला संसार नेटानं आणि मग सिंगापूरचा असा सोन्यासारखा जॉब मिळाला. आम्ही सगळे होतो तिथं. पैसा, मानमरातब, गाडी, सुंदर घर, तिथलं ऐश्वर्यपूर्ण जीवन जगलो. आता सिंगापूरचं काम घरबसल्या नेटवर करतोय. पुण्यात सेटल झालोय. मग आता आश्रमातल्या सगळ्या कार्यक्रमांना यायला मिळतं.''

मी तिचं सगळं बोलणं ऐकून चकितच झाले होते. मनात एक पुसटसा विचार येऊन गेलाच. कुठल्याही गोष्टीसाठी इतका अट्टाहास करणं बरं नाही. तरीही तिला भेटून छान वाटलं. ती खूप भरभरून बोलत होती ईश्वराच्या अस्तित्वाविषयी. तिच्या त्याच्यावर असलेल्या दृढ निष्ठेविषयी. "कुठलाही प्रसंग येऊ दे मी इथे येणारच. मी येणार आणि माझ्याबरोबर अनेकांना घेऊन येणार.'' सांगत होती, "मी खूपजणांना या आश्रमाविषयी सांगत असते. आमची पुण्याहून येणाऱ्यांची संख्या वाढली आहे, आम्ही मोठी गाडी करूनच येतो.''

मी तिला म्हटलं, "श्रीया, तू जे काही बोलतेस ते मला पटतंय, पण असं बघ संसाराच्या त्रासातून क्षणभर विश्रांती मिळावी म्हणून आपण इथं येतो. सगळं मनासारखं होतं तोपर्यंत आपण ईश्वर ही संज्ञा मानत असतो. वारंवार मनाविरुद्ध घटना घडायला लागल्या की, विश्वास उडायला लागतो. देव नाहीच या जगात असं वाटायला लागतं. साधारण अशीच धारणा असणारी माणसं असतात जगात.''

त्यावर ती ठामपणे म्हणाली, "नाही, असं नाहीच मुळी, माझ्या आयुष्यात कुठलाही प्रसंग घडू दे, माझा नाही विश्वास उडणार. ईश्वरी शक्ती आहे आणि ती जाणवत राहते.'' मी तिच्या निश्चयी चेहऱ्याकडे बघतच राहिले होते. तरीही मी बोलतच होते,

"अगं बघ, हर्षदची नोकरी गेली, पण त्याला काही दिवसांतच का होईना सिंगापूरला नवीन नोकरी मिळाली, आता ते काम पण तो पुण्यात राहून करू

शकतोय. दोन सुंदर मुली, त्यांच्या पाठीवर मुलगा हवा होता, तो पण झालाय. सगळं हवं हवंय तोपर्यंतच असते ही श्रद्धा!!'' आमच्या दोघींच्या गप्पा चांगल्याच रंगल्या होत्या. एकमेकींचा निरोप घेताना गणेश जयंतीला भेटायचंच असं ठरवून आम्ही निरोप घेतला. एक जाणवलं, लहान वयात खूप समज आली होती तिला.

गेल्या वर्षीच्या गणेश जयंतीच्या कार्यक्रमाला ती अशीच आली होती उत्साहाचं वारं घेऊन. पन्नास सीटच्या बसने सगळे आले होते. भरगच्च कार्यक्रम! माणसांचा लोटलेला महापूर! तेवढ्या गडबडीतही आम्ही एकमेकांना भेटलो. हर्षद मस्त बोलत होता. लहानग्या ईशानसाठी आणलेला चॉकलेटचा बॉक्स मी त्याला दिला, त्यावर स्वारी एकदम खूश झाली होती. त्यातलं एकेक चॉकलेट उदार होऊन त्यानं दोन्ही तायांना पण दिलं होतं. श्रीयाने त्याला 'थँक्यू म्हण' असं सांगिल्यावर माझ्याजवळ येऊन एक छानसा पापा देत, 'थँक्यू, शोभावहिनी' असं म्हटल्यावर त्याच्या या स्पेशल 'थँक्यू'ला आम्ही सगळे खूप हसलो होतो. आमचा सगळ्यांचा निरोप घेऊन ते पाच वाजता निघाले. आम्ही घरी पोहोचलो तेव्हा पार दमलो होतो. मी बाल्कनीतल्या झोपाळ्यावर शांत बसले होते, आश्रमातल्याच गाण्याची सीडी लावून.

'तेरे फुलोंसे भी प्यार, तेरे काँटोंसे भी प्यार...'

आज हे गाणं असं खोल काळजात का जाऊन भिडत होतं, कुठली अस्वस्थता आली होती मनाला तेच कळत नव्हतं. शांतपणे गालावरून अश्रू ओघळू द्यावे त्यांना थांबवूच नये असं वाटत होतं. अचानक फोन खणखणला. दचकल्यासारखं झालं. फोन घेतला. सुजयचा फोन होता. त्यानं दिलेली बातमी भयंकर होती. हृदयाचा थरकाप उडवणारी होती. हर्षद आणि श्रीया यांचा ग्रुप ज्या बसनं गेला होता तिला एक्सप्रेस हायवेवर अपघात झाला होता. गाडीचे तीन टायर फुटले होते. गाडी उलटीपालटी होत दूरवर जाऊन आदळली होती. सगळी माणसं इतस्ततः विखुरली गेली होती. अजूनही कोणी गेल्याची बातमी नव्हती, पण हर्षद आणि ईशान सापडत नव्हते. बातमी ऐकली आणि सुन्न होऊन मी सोफ्यावर बसले. अर्ध्या तासानं परत फोन वाजला. सुजयचाच होता. वहिनी फार वाईट बातमी आहे, हर्षद आणि ईशान दोघंही दूर फेकले गेले आणि मृत सापडले. मी धाडकन फोन आपटला, मनातला आक्रोश अश्रूंच्या रूपात बाहेर पडला, ''अरे देवा, सगळे वाचलेत मग यांनाच का नाही वाचवलंस रे!!'' डोळ्यांतून ओघळणाऱ्या आसवांना आणि मनात काहूर उठवणाऱ्या प्रश्नांना उत्तरच नव्हतं. यांनी माझ्या हातात गरम चहाचा कप दिला, पाठीवरून हात फिरवत म्हणाले, ''ऊठ, रडू नकोस. आपल्याला पुण्याला जायला हवं.'' पण नाही गेले मी. माझ्यात धैर्यच नव्हतं तिला भेटायचं. कुठल्या शब्दांनी

सांत्वन करणार होते मी तिचं?

आज बरोबर एक वर्ष झालं त्या घटनेला. दुखऱ्या आठवणींच्या खपल्या घेऊन माझे पाय आश्रमाकडे वळले. मनावर मरगळ आली होती. तिच्या आठवणींनी हळवं झालं होतं मन. तिनं येऊच नये कार्यक्रमाला. सगळंच्या सगळं सुख ओरबाडलं गेलं. आता काय शिल्लक राहिलं होतं हातात. विचारांच्या संभ्रमावस्थेत रांगेत उभी होते. पाठीमागे वळून बघितलं तर दूरवर रांगेत ती उभी होती. तिच्या दोघी मुलींना घेऊन. मागे जाऊन तिच्या जवळ पोहोचले. माझी नजर उगीचच अपराधी. तिचा हात हातात घेतला अन् माझ्या डोळ्यांतले अश्रू तिच्या हातावर पडत होते, ''भेटायचं होतं गं तुला, पण नाही भेटू शकले.'' प्रचंड दु:ख हृदयात साठवून ती उभी होती. माझ्या खांद्यावर हात ठेवून म्हणाली, ''बोलू या जरा वेळ. माझं झालं की, आपण बाहेर बसू.''

बाहेरच्या कट्ट्यावर मी खिन्नपणे बसले होते. दुरून मुलींसह तिला येताना बघितलं आणि मनातली खिन्नता आणखी वाढली. ती जवळ आली... क्षणभर मी तिला मिठीच मारली. माझ्या खांद्यावर मान ठेवून ती रडत होती. मुक्तपणे, अगदी थोडाच वेळ. मग एकदम शांत झाली. कपाळावर आता मोठ्या टिकलीच्या जागी उगीचच दिसेल न दिसेल अशी छोटी टिकली लावली होती, चेहरा भकास दिसू नये म्हणून. अन् हातात ते गोजिरं पिल्लूही नव्हतं. एकाच क्षणी 'सौभाग्यवती' आणि 'पुत्रवती' तिच्या कपाळावरची दोन्हीही भाग्यं पुसली गेली होती. कशाला आलीस गं? माझा त्रागा शब्दांत प्रकट होत होता. अन् ती बोलत होती, ''दोघंही गेले. माझ्या कपाळावरचं भाग्य पुसलं गेलं हे तर नक्कीच; पण या मुलींची 'आई' म्हणून मी जगणार आहे. मी नाही रागावले 'त्याच्या'वर; ते दोघंही गेले. पंचमीच्या दिवशी. त्यांचे प्राण पंचत्वात विलीन झाले. आम्ही तिघी वाचलो. हात, पाय, डोकं सगळं शाबूत. आमच्यापैकी एखादीचा हात किंवा पाय कापला गेला असता किंवा आणखी काही झालं असतं तर जन्मभराचं अपंगत्व घेऊन जगावं लागलं असतं. ज्यांचं संपलं ते गेले पण मागं उरलेल्यांना तर धडधाकट ठेवलं ना? माझ्या बछड्या, त्यांचा काय गुन्हा? मी रडका, सुतकी चेहरा करून बसले तर त्यांनी कुठं आनंद शोधायचा? मी परत नव्यानं उभी राहणार आहे. माझ्या मुलींची आई आणि हो 'पप्पा' म्हणून, ठामपणे. फॅशन डिझायनिंग परत सुरू केलंय. 'हवा दिसत नाही, सुगंध दिसत नाही म्हणून नसतो का तो? जाणवते ना हवा, जाणवतो ना सुगंध? ते दोघंही आहेतच आमच्यात, आमच्या आजूबाजूला वावरताहेत पण हे सगळं मला जाणवलंय. 'त्याने' दिलीय ही दृष्टी मला, पण माझ्या मुली लहान आहेत अजून. त्यांना हे सगळं कसं कळणार? म्हणून मीच होणार त्यांची 'पप्पा' आणि ईशानचं म्हणाल तर आम्ही त्याला गेल्या राखी पौर्णिमेला शोधलंय. सिंधुताई सपकाळांच्या आश्रमात.

दोन दिवस मुलींना घेऊन राहून आले मी तिथं, त्यांच्या सहवासात. माझा जम बसला की, त्याच्या शिक्षणाचाही खर्च उचलण्याचा प्रयत्न करणार आहे मी.''

शांत शांत होऊन गाभाऱ्यातल्या गणपतीची मूर्ती आठवत होते. त्या निश्चल मूर्तीच्या जागी मला तिचा चेहरा दिसू लागला! अन् आजूबाजूला हर्षद फोटो काढतोय, लहानगा ईशान लुडबुड करतोय, अरे आहेतच की ते इथं! लताच्या गाण्याच्या शेवटच्या ओळी मनात उमटत राहिल्या...

> हमको दोनो है पसंद, तेरी धूप और छाँव
> दाता किसी भी दिशामें ले चल जिंदगी की नाव
> चाहे हमे लगादे पार, डुबा दे चाहे हमे मजधार
> जो भी देना चाहे दे दे करतार, दुनियांके तारनहार
> तेरे फुलोंसे भी प्यार तेरे काँटोसे भी प्यार...

◆

(मी मराठी डॉट नेट व मायबोली डॉट कॉमवर प्रसिद्ध)

व्यथा त्या दोघींची

रात्रीचा दीड वाजला तरी झोप लागत नव्हती. मी या कुशीवरून त्या कुशीवर वळत होते. हे मात्र शांत झोपले होते. दिवसभर ऑफिसमध्ये आणि साइटवर दोन्ही ठिकाणी भरपूर कामं असल्यानं हे दमून शांत झोपले होते. माझ्या हालचालींनी यांना जाग यायला नको म्हणून मी हळूच उठले. कॉफी बनवली. कॉफीचा मग घेऊन हॉलमध्ये आले. हॉलमधल्या सोफ्याच्या मागच्या बाजूला काचेच्या तावदानाची खिडकी आहे. सोफ्यावर बसून कॉफी घेत घेत मी खिडकीतून दिसणाऱ्या रंगीबेरंगी फवाऱ्यांकडे बघत होते. या फवाऱ्यांकडे बघितलं की, मन अगदी शांत होतं. सध्या यांच्या प्रोजेक्टच्या निमित्तानं आम्ही दोघं अल्जेरियात होतो. आमच्या घराच्या खिडकीत उभं राहिलं की, समोरच अथांग निळसर मेरिडियन समुद्र दिसतो. त्याच्या बाजूचं 'ल मेरिडियन' पंचतारांकित हॉटेल आणि त्याच्या खाली उडणारे हे रंगीबेरंगी फवारे! आताही कॉफी घेता घेता मी ती रंगांची उधळण बघत होते. फवाऱ्यांचे सगळे रंग फ्लोरोसंट! कधी हिरवी धार उंच भुईनळ्यासारखी उडत होती अन् खाली येता येता त्यात लाल रंगाची धार मिसळत होती. या दोन्ही रंगांच्या जोडीला पिवळ्या आणि निळ्या रंगांची उधळण चालूच होती, मी तो रंगांचा खेळ अगदी तल्लीन होऊन बघत होते, पण आज त्या रंगांच्या धारा मनाला शांत करत नव्हत्या. मनात विचारांची नुसती गर्दी झाली होती. अंजलीचे शब्द सारखे आठवत होते, 'मी शब्द असून, मुकी झालेय. अगदी उबग आलाय जीवनाचा. नुसतं एकसुरी जीवन. इथं इलेक्ट्रिकच्या शेगड्यांवरचा स्वयंपाक, घरातल्या कामाना बाई नसते. सगळी कामं आपणच करा. भांडी घासून तर नुसता कंटाळा आला आहे. कुणीही जीवाभावाचं नाही. खूप खूप बोलायचं आहे गं तुझ्याशी!'' तिच्या सुरातला एकाकीपणा हळवं करीत होता मला.

पूर्वी मी नोकरी करत असताना माझ्याबरोबर तीन वर्षे सहकारी म्हणून काम केलेली ही अंजली. तिचे पती अनय आयआयटीमध्ये डॉक्टरेट करत होते.

स्टायपेंडमध्ये भागत नव्हतं म्हणून हिला नोकरी करावी लागत होती. तशी तिला नोकरीची अजिबात आवड नव्हती; त्यामुळे नवऱ्याचं शिक्षण होऊन त्याला चांगली नोकरी मिळाल्यावर ती नोकरीला रामराम ठोकणार होती. साधारण एकाच वयाच्या असल्यामुळे बघता बघता आमची दृढ मैत्री झाली. मग खरेदीला, फिरायला बरोबर जाणं सुरू झालं. तिचे मिस्टर डॉक्टरेट झाले, त्यांना अंधेरीला मोठ्या कंपनीत नोकरी मिळाली. अंधेरीत तिनं नवीन घर घेतलं, वास्तुपूजेला आम्हाला दोघांनाही बोलावलं होतं. त्यावेळेस तिच्या माहेरच्या, सासरच्या सगळ्या लोकांशी ओळख झाली होती. नंतर एकदम ती अमेरिकेला गेल्याचीच बातमी समजली. तिथंच स्थिरावली ती, मग मात्र आमचा संपर्क तुटला. त्यालाही दहा वर्षे झाली.

मध्यंतरी यांच्या प्रोजेक्टच्या निमित्ताने आम्ही दोघंही अल्जेरियाला आलो, खूप मोकळा वेळ मिळू लागला आणि अमेरिकेत वास्तव्यास असलेल्या अंजलीची नेटवर भेट झाली. आम्हाला दोघींनाही खूप आनंद झाला. माझ्यापेक्षा तिला जास्त आनंद झाल्यासारखा वाटत होता. सारखं म्हणत होती, ''तुझ्याशी खूप बोलायचंय गं मला, पण आपण दोघी एकट्याच असताना.'' आम्ही जवळजवळ रोजच नेटवर भेटत होतो, पण माझ्याशी गप्पा मारून तिचं मन तृप्त होत नव्हतं.

त्या दिवशी यांनी लॅपटॉप घरी ठेवला, ती घरी एकटीच होती, आम्ही व्हॉइस-मेल चॅटिंग वर आलो. ती खूप बोलत होती, मोकळी होत होती, तिला रडू आवरणं कठीण झालं होतं- जीवनात आलेलं नैराश्य, अमेरिकेतलं कंटाळवाणं, एकसुरी जीवन, ती बोलत होती- ''आम्हाला अमेरिकेत येऊन दहा वर्षे झाली, या दहा वर्षांत अनयचे, माझ्या मिस्टरांचे आई-वडील गेले, मोठा भाऊ, त्याची बायको आणि मुलगी यांचा अजिबात सहवास नाही; त्यामुळे त्यांना आमचा विशेष लळा नाही, माझ्याकडे आई-बाबा आणि धाकटी बहीण गायत्री एवढेच. आई-बाबा म्हातारे झालेत, त्यांना मोबाइल फोन वापरता येत नाही म्हणून ते फोन करत नाहीत आणि लहानपणी माझ्याशिवाय एक क्षणही न राहणारी गायत्री, आता मात्र तिचं काय बिनसलंय कळत नाही; गेल्या दहा वर्षांत आपणहून तिचा एकही फोन नाही, इ-मेल नाही. तिच्या वाढदिवसाला किंवा तिची आठवण झाली की, मीच फोन करते तिला, कदाचित माझं शांत, सुखी जीवन बघून हेवा वाटत असेल तिला, पण एकही फोन करायचा नाही म्हणजे काय गं?''

तिच्या एकाकी जीवनात जास्तीतजास्त आनंद निर्माण करण्याच्या विचारानं मी रोज अंजलीला कॉल करायची मग आम्ही व्हॉइसमेल चॅटिंग करायचो. त्यातून तिच्याविषयी मला आणखी कळत गेलं... तिचा 'खाद्ययात्रा' म्हणून स्वतःचा ब्लॉग होता; त्यावर ती नवनवीन पाककृती दाखवायची. त्यातून तिच्या खूप मित्र-मैत्रिणी झाल्या होत्या. सुरुवातीला खूप प्रतिसाद मिळाला मग हळूहळू 'व्वा! छान! मीही

रेसिपी बनवली.' इतकंच! दीर्घकाळ चालेल अशी मैत्री कोणाशी झाली नाही. वेबसाइटवर तिचे काही मित्र-मैत्रिणी झाले, पण ती मैत्रीही एकमेकांची विचारपूस, विचारांची देवाणघेवाण, नेट, अंताक्षरी एवढी पुढे गेली. मग हळूहळू यालाही म्हणावा तसा प्रतिसाद येईनासा झाला. अंजली सगळ्यांच्या संपर्कात राहायचा प्रयत्न करायची.

मंगळवार आणि शुक्रवार, तीन ते पाच ती एका शाळेतल्या लायब्ररीत जायची, पुस्तकांची फाटलेली पानं चिकटवायला. आता अमेरिकेसारखा प्रगत देश, त्यात श्रीमंती थाटात शिक्षण घेणारी मुलं! तेव्हा पुस्तकांची अशी किती पानं फाटलेली असणार? आणि ती चिकटवायला वेळ तरी कितीसा लागणार? मी तिला विचारलं ''ऑनररी का?''

''नाही गं व्हॉलन्टरी'' ती उत्तरली. किती मोठी दरी होती या दोन शब्दांमध्ये! 'ऑनररी' म्हणजे तुमच्या ज्ञानाचा, तुमच्या अनुभवाचा, तुमच्या वेळेचा आदर! तुमच्या अमूल्य वेळातला थोडासा वेळ तुम्ही 'सेवाभाव' म्हणून त्या कामासाठी देता. याउलट 'व्हॉलन्टरी' म्हणजे तुम्हाला असलेली गरज, तुमचा वेळ जात नाही, तुम्हाला हौस वाटते म्हणून काम करा, आम्हाला तुमची गरज नाही. तिने आणखी एक विरंगुळा लावून घेतला होता; पाच ते सहा ती तिच्या घराच्या समोरच्या तळ्यावर जायची, तिथल्या बदकांना ब्रेड खाऊ घालायची. ती पांढरीशुभ्र डौलदार मानेची बदकं ब्रेड खाताना बघून खूप मजा वाटायची. एक तास छान जायचा. पण तेवढंच. कधीकधी तेही रुटिन कंटाळवाणं व्हायचं. तिला देवदेव करायला आवडत नव्हतं. कदाचित अपत्य नसल्यामुळे देवावरचा विश्वास उडाल्यासारखं झालं होतं. थोडंसं आरामशीर उठायचं, आरामात अंघोळ करायची आणि मुख्य म्हणजे नेमनियम धाब्यावर बसवून आयुष्य जगायचं!

हळूहळू एक जाणवायला लागलं होतं, तिच्याजवळ फक्त तिच्या खाद्ययात्रेचा ब्लॉग, तिचे वेबसाइटवरचे मित्र-मैत्रिणी याव्यतिरिक्त बोलायला काही जास्त नव्हतं. सासरच्या नात्याचे चढ-उतार नाहीत, माहेरी थकलेले आई-वडील आणि एकच बहीण, तिच्याशीही संबंध तुटक झालेले, माझ्याकडे नात्यांचा नुसता गलबला- नातेवाइकांचे राग-लोभ. कधीकधी वाटायचं काय ही माणसं, किती त्रास सहन करायचा, असं वाटता वाटताच कधी ते इतके चांगले वागायचे की वाटू लागायचं, छे! आपलं मत चुकीचंच होतं! किती चांगली आहेत ही माणसं! नात्याची ही गुंतागुंत अनुभवताना कधी खूप आनंद व्हायचा, कधी मन उदास व्हायचं. अंजलीशी मी जपून वागत होते. स्वतःविषयी बोलताना ती दुखावली जाणार नाही याची काळजी घेत होते. सगळ्या गमतीजमती सांगताना उगीचच अहंकाराचा दर्प येणार नाही ना असा विचार करून बोलत होते. यांना म्हटलं, ''अंजलीचा विचार केला

की खूप त्रास होतो. अमेरिकेसारख्या प्रगत देशातलं, नात्यातली बंधनं फक्त हाय, हॅलोपर्यंत मर्यादित असलेलं एकाकी, एकटं जीवन! बोलायला कुणी नाही.''

हे म्हणाले, ''हे बघ, प्रत्येकाचं नशीब असतं शेवटी आणि पैसा कमावताहेत ना भरपूर, मग कशाला कुरकुर करायची आणि आपण तरी विचार करून स्वत:ला किती शिणवून घ्यायचं?'' मला मात्र वाटत राहिलं मन म्हणजे काही विजेचा दिवा नाही- बटन खाली केलं की चालू, बटन वर केलं की बंद!

विचारांचा प्रवाह तर चालूच असतो.

गेला आठवडाभर अंजलीचे विचार मनात घोळत होते, पण मग भारतात सुट्टीवर जायची तारीख ठरली आणि तयारीची धांदल सुरू झाली. भारतात जायचं या विचारानं आनंद होत होता. मला नेहमी जाणवतं, भारतातलं वातावरण म्हणजे नुसती गर्दी, गोंगाट, लोकलची दगदग. तरीही तिथं परतायचं या विचारांनीच मन आनंदी होतं, मग मनातल्या मनात एक गमतीशीर तुलना सुरू होते, ''दोन स्त्रिया आहेत. एक अगदी इस्त्रीचा छान ड्रेस घातलेली, सुगंधाची फवारणी केलेली, पावडर, मेक-अप केलेली अमेरिकन गोरी मड्डम! अन् त्याच्याच बाजूला सकाळचे केरवारे, पारोशी कामं करून शिळी दिसणारी, ओचा-पदर खोचलेली अशी दुसरी भारतीय आई! दोघींनाही उभं केलं आणि दुसरीच्या छकुल्याला सांगितलं, तुला जी आवडेल तिला जाऊन मिठी मार छानपैकी! तसं पाहिलं तर पहिल्या मॅडमचं ते स्वच्छ, सुगंधी गोरेपण नक्कीच भुरळ पाडणारं, पण तो छकुला त्या पारोशा स्त्रीच्याच कुशीत जाऊन दडणार. आई आहे ना त्याची! तिच्या पारोसेपणालाही सुगंध जाणवतो तिच्या वात्सल्याचा! तिच्या ममत्वाचा! माझ्या भारताचंही तसंच आहे, असेल तो गर्दीनं पारोसा वाटणारा, गोंगाटानं जीव नकोसा करणारा; तरीही तो माझा आहे, त्यानं दिलेल्या मातृत्वाची ऊब नाही विसरू शकत मी. मग मी अंजलीच्या विचारांना तात्पुरतं मनाच्या एका कप्प्यात बंद केलं.

आम्ही भारतात आलो आणि कार्यक्रमांची नुसती रांगच लागली. लेकीच्या दवाखान्याचे उद्घाटन, गणपती, त्यात लेकीच्या सासरी तिच्या लग्नानंतर प्रथमच त्यांच्याकडे महालक्ष्मी बसवणार होते, त्यांचं आग्रहाचं आमंत्रण एक ना दोन. त्याच दरम्यान भाच्याच्या मुलाचे जावळ होते पुण्याला. सततच्या धावपळीमुळे हे म्हणाले, पुण्याला तू एकटीच जाऊन ये, मग डेक्कन क्वीनचे रिझर्वेशन केले आणि पुण्याला निघाले. खिडकीजवळच्या सीटवर बसून मी निर्विकार मनाने मागे पळणारी झाडं बघत होते; आता दोन-अडीच तास छान झोप काढायची असं ठरवलं. थोडंसं आजूबाजूला बघितलं आणि माझं तिच्याकडे लक्ष गेलं, माझ्या बाजूच्या चार सीट सोडून ती बसली होती, गोरी, नाजूक बांध्याची. तिच्याकडे बघून तिचं पुणेरीपण जाणवत होतं. ती गायत्रीच असावी असं वाटत होतं, पण खात्री वाटत नव्हती.

गाडी तशी रिकामीच होती. मी तिच्या समोरच्या सीटवर जाऊन बसले. तसा माझा या गोष्टींशी असणारा संबंध फक्त अंजलीमुळे होता, पण एखाद्याचं दु:ख मनाला भिडलं की, आतला समुपदेशक जागा होतो आणि मग कृती सुरू होते.

ती खूप गाढ झोपली होती. थकल्यासारखी वाटत होती. गाडी एका लयीत धावताना, कुठंतरी सांधा बदलताना 'खडखड' असा आवाज करत थोडी जोरात चालायची, नेमक्या त्यावेळेस ती डोळे थोडेसे किलकिले करून बघायची, शिणल्यानं परत ग्लानी आल्यासारखे डोळे बंद करायची. गाडीनं नुकतंच कल्याण सोडलं होतं. पुणं यायला तसा अवकाश होता; त्यामुळे तेवढ्या वेळात मी तिच्याशी संवाद साधणार होते. थोड्या वेळानं कर्जत आलं, वडा-पाववाल्यांची डब्यातली गडबड सुरू झाली. त्यांच्या 'वडा-पाव' अशा खड्या, कानाला त्रास देणाऱ्या आवाजानं ती पूर्णपणे जागी झाली. पर्समधली बाटली काढून पाणी प्यायली. मग तिनं आजूबाजूला बघायला सुरुवात केली. मी तिच्याकडे बघून हलकंसं स्मित केलं. माझ्याजवळच्या तिखट-मीठाच्या पुऱ्या काढल्या, एका डिशमध्ये ठेवून तिला विचारलं, "खाणार का?" तिच्या भुवया आश्चर्यानं उंचावल्या गेल्या. अजिबात ओळख नसताना असं खायला ऑफर करणं?

मी तिला लगेचच म्हटलं, "तू गायत्री, अंजलीची धाकटी बहीण ना? मी अंजलीची मैत्रीण, आम्ही दोघी एकाच ऑफिसमध्ये होतो. अंजलीच्या अंधेरीच्या घराच्या वास्तुपूजेच्या वेळी मी दिवसभर होते, त्यावेळेस तुम्ही सगळे होता ना?" कपाळावर उभ्या आठ्या पाडत, भुवया जवळ करत, डोळे बंद करून तिनं आठवण्याचा प्रयत्न केला आणि मग "हो हो, आत्ता आठवलं. पण त्याला किती वर्षे झालीत! मी तर पार विसरले. तुम्हाला बरं आठवतंय सगळं!" असं म्हणत तिनं माझ्या हातातल्या पुऱ्यांची डिश घेतली, एक पुरीचा तुकडा तोंडात टाकत म्हणाली, "खूप छान झाल्यात पुऱ्या!"

"कुठून येतेस?" मी विचारलं.

"ठाण्याहून, नणंदेच्या मुलीचं डोहाळजेवण होतं, याला वेळ नव्हता मग एकटीच गेले."

"अरे हो, मी पण भाच्याच्या मुलाच्या जावळाला निघाले आहे, यांना पण वेळ नव्हता, मग मीच जायचं ठरवलं. बघ ना इथून तिथून सगळे नवरे सारखेच!" असं म्हणत मी टाळीसाठी हात पुढे केला आणि तिनं मनापासून टाळी दिली.

मला अंजलीच्या संदर्भात तिच्याशी बोलायचं होतं. अगदी नेहमी नाही पण अधूनमधून तरी संपर्कात राहा असं समजवायचं होतं. मी तिला म्हटलं, "माझ्या मिस्टरांचा अल्जेरियाला प्रोजेक्ट चालू आहे, तिथं असताना अंजलीच्या संपर्कात आले; तिला तिकडे फारच एकटं, एकाकी वाटतं गं." आता ती जरा सावरली.

थोडीशी ताठ बसली. एक-एक शब्दावर जोर देत ती उत्तरली, "आणखी काय काय सांगितलं अंजलीनं तुम्हाला? तिला फार एकाकी वाटतं! आम्ही कुणी संपर्कात नाही! इ-मेल करत नाही. फोन करत नाही. ती शब्द असून, मुकी झालीय. तिचं रुटिनही सांगितलं असेल- खाद्ययात्रेचा ब्लॉग, पुस्तकांना ग्लू लावणं, बदकांना ब्रेड घालणं, सांगितलं ना हे सगळं?" तिच्या बोलण्याचा आवेग थोडासा वाढल्यासारखा वाटत होता. डोळ्यांच्या कडा किंचित पाणावल्यासारख्या झाल्या होत्या आणि मग ती बोलतच राहिली भरलेल्या गळ्यानं!

"तुम्हाला माहीत आहे मी नोकरी करते; घरात हट्टी, संशयी नवरा, सासूबाई, एक छोटी मुलगी आणि लग्न होऊन गावातच असलेल्या सहा नणंदा. शिवाय आई-बाबा इतके थकलेत की, त्यांच्याकडे मलाच बघावं लागतं. नोकरीचे आठ तास, जाण्या-येण्याचे दोन तास. आयुष्यातले दहा तास कधीच संपलेले असतात. खूप दिवसांपासून लेकीच्या पुस्तकांना कव्हर्स लावायची ठरवते पण वेळेअभावी उद्या उद्या म्हणत पुढे ढकलते. वेळ जात नाही म्हणून स्वयंसेवक होऊन लायब्ररीतल्या न फाटलेल्या पुस्तकांना ग्लू लावणारी आमची ताई आणि मानेवर जू ठेवून आठ तास काम करणारी मी. आई खूप थकलीय. अधूनमधून सांधे दुखतात तिचे, आजारी असते, मग फोन येतो तिचा. मग धावपळ करत तिच्याकडे जायचं, स्वयंपाक करायचा, कुकरची तयारी करून ठेवायची, टेबलावर जेवणाची तयारी करून ठेवायची, तिची औषधं आणून द्यायची, मग त्या दिवशी घरी परतायला उशीर होतो. माझ्या सासूबाईही थकल्यात, ८२ वर्षांचं वय आहे त्यांचं, मलाही कळतं हे सगळं; तरी एखाद्या दिवशी कुकर लावू शकतात ना त्या? पण नाही, टिपिकल सासूबाईपणा दाखवायला नको का? मी आईकडे जाते ना म्हणून राग आलेला असतो त्यांना, पण बोलू शकत नाहीत. न बोलता जपाची माळ ओढत बसलेल्या असतात बाल्कनीत. पायावर पाणी घेऊन मी घाईघाईत कुकर लावते. कुकरची वाफ मुरवून, वरण सारखं करून मी ताटलीत जेव्हा वरण-भात कालवते तेव्हा माझी छकुली गाढ झोपलेली असते.

"अंजली ज्यावेळेस त्या डौलदार मानेच्या बदकांना ब्रेडचे तुकडे घालून मजा घेत असते ना त्यावेळेस माझं पिल्लू माझ्या कुशीत मलूल होऊन, मान टाकून उपाशी झोपलेलं असतं, तिला जवळ घेताना माझ्या डोळ्यांच्या कडा पाणावलेल्या असतात. तिच्या गालावर चापट्या मारत 'ऊठ बेटा, कसा छान झाला आहे वरण-भात बघ' असं म्हणत मी बळजबरीनं घास भरवते तिला. तोपर्यंत साडेनऊ झालेले असतात; मग भाजी टाकायची, पोळ्या करायच्या, जेवण आटोपून, मागचं सगळं आवरून मी जेव्हा बाहेर येते तेव्हा घड्याळाचा काटा साडेअकराच्या पुढे जात असतो; पार पार शिणून गेलेलं असतं शरीर, कधी झोपेन असं होतं. रोजचा

स्वयंपाकच जिथं कसातरी पार पाडला जातो तिथं नवनवीन डिश बनवणं तर फारच दूर. त्याच वेळेस आमची ताई साऱ्या जगाला छान छान रेसिपीज दाखवून त्यांच्या जिभेचे चोचले पुरवत असते. गावातल्या सहा नणंदा, त्यांचं येणं-जाणं, त्यांच्या घरचे सण-समारंभ आणि हे रुटिन वर्षानुवर्षे चालू आहे. शरीर आणि मन इतकं थकतं, इच्छा असूनही नेटवर बसावंसं वाटत नाही.

"आम्ही तिला किती सांगितलं होतं, नको जाऊस अमेरिकेत, उलट अनयला, तिच्या मिस्टरांनाच पुण्यात नोकरी शोधायला सांग, चांगले डॉक्टरेट झाले आहेत, अगदी अमेरिकेइतका पैसा नाही मिळणार, पण चांगली नोकरी नक्कीच मिळाली असती, आई-बाबांच्या घराजवळ घर घे म्हणजे त्यांना काय हवं नको ते बघता येईल आणि तुलाही एकटं वाटणार नाही; पण नाही अमेरिकेतलं हायफाय जीवन हवं होतं ना? कधीतरी फोन किंवा इ-मेल करू शकते, पण माझं आयुष्य इतकं धावपळीचं, ही तिकडे छान मजेत राहते शिवाय स्वतःच्या एकटेपणाचं दुःख सांभाळत बसली आहे, असा विचार आला की, मुद्दामच नाही करत फोन. राग येतो मला तिचा, तिच्या तुलनेतल्या माझ्या धावपळीच्या, कष्टप्रद जीवनाचा विचार केला की!"

ही व्यथा त्या दोघींचीच, मी त्यात त्रयस्थच होते. खरं तर समुपदेशकाची भूमिका घेऊन मी तिच्याजवळ गेले होते, पण तरीही दोघींमध्ये मी मनानं गुंतत गेले. अंजलीच्या एकाकीपणाच्या दुःखानं मी व्याकूळ झाले होते तर गायत्रीच्या माणसांच्या अति वावरामुळे स्वतःचं अस्तित्व हरवून जगण्याच्या व्यथेनं माझ्या डोळ्यांच्या कडा ओलावल्या होत्या. या दोन्ही टोकांचा मध्यबिंदू साधून नाही का जगता येणार या विचारात हरवले होते.

गायत्रीच्या गालावरून ओघळणारे अश्रू मला अंतर्मुख करत होते.

◆

(मी मराठी डॉट नेटवर प्रसिद्ध)

प्रतिबिंब

माझ्या अभ्यासिकेच्या खोलीतून ते घर दिसतं. तीन खोल्यांचं छोटेखानी! समोर अंगण असलेलं. अंगणात अबोली, झेनिया आणि धुंद करून टाकणाऱ्या मोगऱ्याची झाडं लावलेली दिसतात. आमच्या बंगल्यापुढे ते घर काहीसं छोटंसं दिसतं, तरीही मला ते खूप आवडतं.

चार ते सहा हा माझा वेळ लेखन, वाचन आणि मनन करण्याचा. एकदा या अभ्यासिकेत आले की, मी लिखाणात आणि वाचनात दंग होते. रोजनिशी लिहिण्याचा नियम मी न चुकता पाळते. त्यानंतर चांगली पुस्तकं वाचून त्यावर थोडा विचार, मनन करायचं. चार ते साडेपाचपर्यंत माझा हा कार्यक्रम चाललेला असतो. साडेपाचच्या दरम्यान समोरच्या घरात राहणारी ती बाहेर येते, अंगण झाडायला. मग माझं वाचनातलं लक्ष उडतं. तिच्या मोहक हालचाली न्याहाळण्यात गुंतून जातं. अंगणाचा कानाकोपरा स्वच्छ करणारे तिचे गोरे, काचेच्या बांगड्यांनी भरलेले हात. साडी वर खोचून, कपाळावर आलेले केस मागे सारून, झाडाच्या मुळांशी कोरून नवीन माती घालतानाची तिची व्यग्रता! हे सारं करत असताना घरातून तिची छोटी रांगत येते, मळक्या हातांनीच ती तिला उचलून घेते, गोल गोल गिरकी घेत तिच्या गोबऱ्या गालांचा पापा घेते. छोटीला घेऊन ती घरात गेली तरी हाताचे कोपरे टेबलावर ठेवून, हाताच्या ओंजळीत हनुवटी टेकवून मी कितीतरी वेळ त्या घराकडे बघत राहते. रस्त्याच्या एका बाजूला आमचा बंगला आणि दुसऱ्या बाजूला ते घर. फार लांब नाही. या एवढ्या अंतरावरूनही मला त्या घरातली स्पंदनं जाणवायची. त्या घराची दारं, खिडक्या, अंगण सारे माझ्याशी गुजगोष्टी करायचे, हवेबरोबर मंदमंद हेलकावे घेणारे पडदे त्या मालकिणीचं गुपित मला सांगायचे.

मला माहीत होतं, आता ती घरात जाऊन छोटीचं आणि तिचं आवरणार तो येण्याच्या आत. काठापदराची साडी असली तर लांब बाह्यांचा ब्लाउज, लांब वेणी, त्यावर माळलेला मोगऱ्याचा गजरा. तलम साडी असेल तर त्यावर स्लिव्हलेस

ब्लाउज, लांब केसांचा, उंच मध्यभागी घातलेला अंबाडा. ती अशी आवरून तयार झाली की, माझं घड्याळाकडे लक्ष जायचं, साडेसहा झालेले असायचे, व्हिजिटसाठी सातला बाहेर पडायचंय. सात ते आठ विवेकानंद केंद्रात मोफत उपचार, आठ वाजता खालचा दवाखाना उघडायचा, मग पेशंटची गर्दी व्हायची; त्यांची दुखणी, गाऱ्हाणी, त्यांचे इलाज, औषधोपचार यामध्ये 'ते घर आणि ती' सारं काही मी विसरून जायची.

एक कोडं माझं मलाच उमगत नव्हतं. ते घर, त्या घरातली 'ती' आणि इतर माणसं मला आवडत होती. त्यांना बघणं, त्यांना न्याहाळणं, माझा अगदी आवडता छंद होता; तरीही ती माझ्या दवाखान्यात आली की, तिच्याशी अत्यंत तुसडेपणानं वागायची, तिचा अपमान करण्याची एकही संधी मी सोडायची नाही. अंतर्मुख होऊन विचार करायला लागले की, मला अपराधी वाटायचं. असं का? खूप विचार करून, शोधण्याचा प्रयत्न करूनही कारण सापडत नव्हतं. मी एक प्रतिष्ठित डॉक्टर होते, मला असं वागणं शोभत नव्हतं, हे मलाही कळत होतं, तरीही हे घडायचंच; मग मनाला चुटपुट लागायची. पुन्हा असं होऊ द्यायचं नाही असं ठरवूनही परत असंच काहीतरी घडायचं.

त्या दिवशी तिच्या छोटीला, सायलीला ताप होता. लगबगीनं आल्यानं तिला श्वास लागला होता, सायलीला तपासायला घेतलं आणि हिची बडबड सुरू झाली, "काल रात्रीपासूनच ताप आहे, रात्रभर जागी होती ती आणि मी. फारच काळजी वाटतेय हो, कसला असेल ताप? बरं वाटेल ना लवकर? ती फारच नाजूक आहे." आज मी मनाशी नक्की ठरवलं होतं तिच्यावर रागवायचं नाही, त्याच वेळी सायलीनं तपासणी टेबलावर शू केली, तरीही मी तुसडेपणा करणार नव्हते. ती घाईगर्दीत दवाखान्यात आली आणि सायलीच्या आजारपणाच्या काळजीमुळे दुपटं आणायला विसरली असणार; मी कंपाउंडरला कपडा आणायला सांगणारच होते, तेवढ्यात माझं लक्ष तिच्याकडे गेलं, सायलीने टेबल ओलं केलं आहे याकडे तिचं लक्षच नव्हतं. मायेनं तिचे डोळे भरून आले होते, सायलीविषयी वाटणारं प्रेम तिच्या नजरेतून ओसंडून वाहत होतं. ती नजर बघितली आणि क्षणभर मी माझे अस्तित्वच विसरले, माझ्या मनावरचा ताबा सुटला, मी जोरात ओरडले, "अगं, बघतेस काय अशी बावळटासारखी, मुलीनं सगळं टेबल ओलं केलंय ते पूस आधी, मग रड! एवढ्या शिकलेल्या मुली तुम्ही, साध्या साध्या गोष्टी कळत नाहीत?"

ती खूपच ओशाळवाणी झाली, उतरलेल्या आवाजात तिनं विचारलं, "डॉक्टर, कपडा मिळेल का एखादा?" कपडा द्यायला काही हरकत होती का पण नाही, माझा पारा आणखी चढला आणि वरच्या स्वरात मी ओरडले, "साधं दुपटंसुद्धा आणता येत नाही का घरून?" तिचा चेहरा आणखी उतरला.

"एक मिनिट," असं म्हणत ती घराकडे धावली, घरून आणलेल्या दुपट्ट्यानं तिनं टेबल पुसलं, दुसऱ्या दुपट्ट्यात सायलीला गुंडाळलं. माझ्या तोडून बोलण्यानं तिला दुःख झालं होतं, पण ते बाजूला सारून ती काकुळतीनं विचारत होती, "डॉक्टर, सायलीला बरं वाटेल ना लवकर, काय पथ्य पाळू? अंघोळ नको ना घालू दोन दिवस?" तिच्यातली आई तिचा अपमान कधीच विसरली होती.

मी कोरडेपणानं उत्तर दिलं, "साधाच ताप आहे, होईल बरी."

खरं म्हणजे त्या वेळेस तिला माझ्या धीराच्या, प्रेमाच्या शब्दांची आवश्यकता होती, पण नाही; माझ्यातली कटुता आणखी तीव्र झाली होती. सायलीला बरं वाटेपर्यंत ती नेमानं येत होती, प्रत्येक वेळी या ना त्या कारणानं तिचा अपमान करण्याची संधी मी सोडत नव्हते.

त्या दिवशी ती आली वेगळ्याच चिंतेत- तिच्या नवऱ्याला, निरंजनला ताप आणि उलट्या सुरू झाल्या होत्या. मी मनाला सारखी बजावत होते कुठलीही कटुता निर्माण करायची नाही. ताप जरा जास्तच होता; त्यामुळे औषध दिल्यावर सांगितलं, 'उद्या जर ताप असेल तर दवाखान्यात आणू नकोस, मी घरी येईन.' नेहमीप्रमाणे त्याची काळजी करत ती दवाखान्यातून बाहेर पडली.

दुसऱ्या आणि तिसऱ्या दिवशीही ताप जास्त होता म्हणून त्याच्या प्रेमापोटी, काळजीनं ती त्याला अगोदरच दवाखान्यात घेऊन आली. ताप उतरतच नव्हता, तापाचं निदान झालं 'टॉयफाइड!' आता मात्र मी तिला बजावलं, "हे बघ टॉयफाइडमध्ये विश्रांतीची आवश्यकता असते, मी घरीच तपासायला येत जाईन, औषधांचा काय परिणाम होतो बघू या! नाहीतर मोठ्या हॉस्पिटलमध्ये ॲडमिट करू या! पण तू त्याला घेऊन दवाखान्यात मात्र येऊ नकोस."

दुसऱ्या दिवशी व्हिजिटला म्हणून घरी गेले. त्याच्या तापाच्या धावपळीतही ते छोटंसं घर तिनं स्वच्छ, सुंदर ठेवलं होतं. प्रत्येक कानाकोपरा कलात्मकतेनं सजवला होता, तिच्या त्या छोट्याशा विश्वात ती आनंदात, सुखात होती याची जाणीव होत होती. "डॉक्टर, काल यांना खूप भूक लागली होती म्हणून ब्रेडच्या कडा काढून दुधात भिजवून खायला दिल्या, चालेल ना? टॉयफाइडमध्ये फार पथ्य असते, असा ब्रेड द्यायला नको होता ना?" मी त्याला तपासत होते आणि त्याच्या केसांमधून प्रेमानं हात फिरवत ती काळजीनं विचारत होती, "भूक लागली का? पेज देऊ का?" गेल्या पंधरा दिवसांत जागरणानं, काळजीनं, त्याचं पथ्य, औषधांची वेळ सांभाळून कृश झालेली तिची काया आणि मायेनं ओथंबलेली तिची नजर! एक क्षणभर माझ्या हृदयात काहीतरी टोचलं आणि मी आग पाखडायला सुरुवात केली, "सांगितलेली पथ्यं पाळत नाही आणि बरं वाटत नाही म्हणून डॉक्टरांनाच जबाबदार ठरवता. डॉक्टरांनी सांगितलेलं ऐकायचं नाही, स्वतःची अक्कल वापरायला सांगितलं

कुणी?'' जेवढे म्हणून कटू शब्द वापरता येतील तेवढे मी वापरत होते, तिला जास्तीतजास्त दुखावत होते. ''उद्या पेशंटचं काही बरंवाईट झालं तर माझ्याकडे रडत यायचं नाही, मी सांगितलेली पथ्यं पाळायची नसतील तर माझं औषध बंद करा.'' तिनं ओंजळीत चेहरा झाकून रडायला सुरुवात केली, पण माझा चढलेला पारा काही उतरायला तयार नव्हता. मनाच्या रागावलेल्या अवस्थेत त्याला इंजेक्शन दिलं आणि कारमध्ये येऊन बसले; पुढे विवेकानंद केंद्रात जायचं होतं. ती धावत बाहेर आली, रडवेल्या सुरात म्हणत होती, ''डॉक्टर, माझं चुकलंच, असा ब्रेड द्यायला नको होता, काही नवीन औषधं आणायची का? बरं वाटेल ना डॉक्टर यांना?''

मी कोरडेपणाने उत्तरले, ''आहे तीच औषधं चालू ठेव आणि बरं वाटण्याबद्दल विचारशील तर तुझा मूर्खपणा तू जोपर्यंत चालू ठेवणार आहेस तोपर्यंत त्याला त्रास होणारच.'' माझी गाडी चालू झाली तरी ती तिथंच उतरलेल्या चेहऱ्यानं उभी होती. मी रागानं तिच्याकडे पाहिलं, गाडी चालू केली.

संध्याकाळी अभ्यासिकेत बसल्यावर मात्र मी अस्वस्थ झाले, आज अंगणात तिचा वावर नव्हता, अंगण सुने भासत होते. तिचा रडवेला, केविलवाणा चेहरा डोळ्यांसमोर उभा राहिला. त्याच्या दुखण्यानं किती हळवी झाली होती ती! कुणाच्या तरी धीराची, गोड शब्दांची आवश्यकता होती, कुणीतरी मायेनं तिच्या पाठीवरून हात फिरवण्याची गरज होती. अशावेळेस माझं हे असं कठोर, कटू वागणं. सगळ्यांशी प्रेमानं, वडीलकीच्या नात्यानं वागणारी मी तिच्याशीच अशी का वागते? डोळे भरून आले, मनावरचा ताण असह्य होऊन मी डोळे बंद केले. गालावरून आसवं वाहायला लागली. त्या आसवांच्या धारांवरून मी हलकेच भूतकाळात शिरले.

त्या वेळी मी डॉक्टर नव्हते. नुकतीच दहावी पास होऊन पुढे काय करायचं या संभ्रमात पडलेली शुभदा प्रधान होते! गणित, सायन्स, भाषा सगळ्या विषयांत ९५ च्या वर गुण मिळाले होते; त्यामुळे सायन्स, कॉमर्स, कुठल्याही शाखेत प्रवेश मिळायला काहीच अडचण नव्हती. बाबांना तर इतका आनंद झाला होता की, सगळ्या गावाला ते पेढे वाटत होते. त्यांना इतकं दिलखुलास हसताना आम्ही सगळ्यांनी प्रथमच पाहिलं होतं. तसे ते खूप कठोर होते किंवा मुलांवर त्यांचे प्रेम नव्हते अशातला भाग नव्हता, पण त्यांची कडक शिस्त, नियम यामुळे मुलं त्यांना घाबरायची एवढं मात्र निश्चित!

साहित्याची मला खूप आवड होती. मी मनाशी निश्चित ठरवलं होतं, कलाशाखेत प्रवेश घेऊन आधी पदवीधर व्हायचं. मग एम.ए., मग डॉक्टरेट! खूप वाचन, खूप लिखाण करायचं. सोळाव्या वर्षात पदार्पण केल्यापासून ही स्वप्नं

बघायची सवय लागली होती मला; सुंदर संसार करायचा, अगदी नीटनेटका, डोळे बंद केले की, स्वप्नातलं घर मनासमोर साकारायचं आणि स्वप्नातला तो!- देखणा, उंच, दोघांनी मिळून रंगवलेल्या स्वप्नांत मग आमच्या छोटीचं आगमन, हो 'छोटीच!' मुलगी फार आवडायची मला, जास्त मोठ्या अपेक्षा न ठेवता, साधं पण सुंदर जीवन जगायचं. अनेक रात्री या सुंदर स्वप्नांत रंगवल्या होत्या मी. ही हळुवार स्वप्नं कवितेच्या रूपात कागदावरही उतरवली होती.

पण ही सगळी स्वप्नं मनात रंगवली होती, बाबांच्या कडक शिस्तीत वाढल्यानं त्यांच्यासमोर एक शब्दही काढण्याचं धैर्य आमच्या भावंडांत नव्हतं. माझ्या शिक्षणाविषयी ठरवताना बाबांनी कडक शब्दांत सांगितलं, ''शुभदा, तू डॉक्टर व्हावंस अशी माझी इच्छा आहे.''

''पण बाबा, मला तर आर्टस्‌ला जायची इच्छा आहे.'' सारं धैर्य एकवटून मी बोलले.

त्यानंतर बाबा जे बरसले होते, ''तुझं गणित, सायन्स चांगलं आहे, तू सायन्सलाच प्रवेश घ्यायचा.''

''नाही बाबा, मला आर्टस्‌ला जायचंय.''

''मला उलट उत्तर देतेस, थांब जरा'' असं म्हणून रागारागानं ते बाहेर निघून गेले. त्यानंतर जे रामायण घडलं ते भयंकरच होतं. बाबा दोन दिवस ऑफिसमधून घरी आलेच नाहीत. सगळेजण खूप तणावाखाली होते. दोन दिवस ते घरी आले नाहीत हे बघून आईनं रडायलाच सुरुवात केली. घरातलं वातावरण, आईचं रडणं, मनाच्या विमनस्क अवस्थेत मी बाबांचा निर्णय स्वीकारला. स्वतःच्या आवडीला मुरड घालून डॉक्टर व्हायचं ठरवलं. सायन्सला ॲडमिशन घेतली, खूप मनापासून अभ्यास केल्यामुळे मेडिकलला प्रवेश मिळायला अजिबात त्रास झाला नाही. घरात एकटे बाबा कमावणारे होते, परिस्थिती तशी मध्यमच होती. या सगळ्यांची जाणीव होती; त्यामुळे मी मनापासून अभ्यास करत होते. मेडिकलचा क्लिष्ट, कठीण अभ्यास, त्यासाठी वाचावी लागणारी मोठाली पुस्तकं या व्यापात स्वतःच्या आवडीचं अन्य एखादं पुस्तकही वाचायला सवड मिळायची नाही. पण तक्रार न करता हे जीवन स्वीकारलं मी. मनानं मी कधीच कॉलेजमध्ये फारशी रमले नाही, कुणाशी मैत्री करावी असंही वाटलं नाही. मनातल्या स्वप्नांना असं आत कोंडून टाकताना कधीतरी आसवांनी उशी ओली व्हायची, पण मनातलं दुःख मोकळं करायला जवळ कुणी नसायचं, प्रत्येक वर्षी फर्स्ट क्लास मात्र मिळवत होते.

बघता बघता शिक्षण संपण्याच्या टप्प्यात आलं, आता फक्त इंटर्नशीप, त्यानंतर एम.बी.बी.एस.ची पदवी, मग स्वतःचा दवाखाना! अचानक कुटुंबावर दुःखाची कुऱ्हाड कोसळली. बाबांना हृदयविकाराचा तीव्र झटका आला. घरात मीच

मोठी; सगळ्या जबाबदाऱ्यांचं ओझं माझ्यावर टाकून बाबा निघून गेले. माझ्या पाठीवरचे संजू, सतीश, धाकटी स्मिता, तीन भावंडं आणि आई. घरात मिळवतं कुणी नव्हतं. बाबांचा प्रॉव्हिडंट फंड आणि ग्रॅज्युइटीची रक्कम यात पाचजणांचं भागणं शक्यच नव्हतं. नेटानं राहिलेलं शिक्षण पूर्ण केलं आणि तिथल्याच दवाखान्यात नोकरी धरली. मिळणारा पगार, शिलकीचे व्याज यावर आमचं जेमतेम भागत होतं.

कोसळलेल्या आईला सावरणं, सतीश, संजूचं आणि स्मिताचं शिक्षण, अचानक आलेल्या या जबाबदारीच्या ओझ्यांमुळे मला प्रौढपण आलं. मी रंगवलेल्या स्वप्नांचे रंग हळूहळू काळवंडू लागले. स्मिता ग्रॅज्युएट झाली आणि तिनं तिचा जोडीदार समोर आणून उभा केल्यावर तर माझं स्वप्नं पार मोडूनतोडून गेलं. घराला सावरण्यासाठी अपार कष्ट करत होते मी, पण कुणाला काहीच वाटत नव्हतं. माझ्या मनाची कुणालाच कदर नसावी असं दिसत होतं. मग यथावकाश सतीश, संजूनं स्वत:ची लग्नं ठरवली त्यावेळेस मात्र आईनं म्हटलं, "इतकी वर्षे तुमच्यासाठी ती झिजते आहे, तुमची शिक्षणं पूर्ण केली, घरासाठी दिवस-रात्र राबते आहे, कधी केलात तिच्या मनाचा विचार? स्वत:चा स्वार्थ तेवढा बघितला! किती करायचं एकट्या पोरीनं?" असं म्हणून आई एकटीच कितीतरी वेळ रडत होती. माझं लग्नाचं सरतं वय, माझ्यावरील या जबाबदाऱ्या या जाणिवेनं आईचं मन आतून पोखरून निघत होतं. वयाची चाळिशी आली. लग्नाची उमेद संपली. माझं भावविश्व असं बघता-बघता कोसळून पडलं.

डॉक्टरी व्यवसायात माझं नाव झालं, स्वत:चा मोठा दवाखाना, बंगला! एक नामांकित डॉक्टर म्हणून समाजात मिळत, वाढत गेलेला मान, काळाच्या ओघात मनातली बोच पार बोथट होत गेली. ते स्वप्न मग हृदयाच्या आतल्या कप्प्यात कधीच बंद होऊन गेलं. खूप वर्षांनंतर तिच्या रूपानं ते स्वप्न जगणारं कोणीतरी माझ्यासमोर आलं तेव्हा नव्यानं माझ्या जुन्या जखमा ओल्या होऊन ठसठसू लागल्या. जे मला मिळालं नाही ते दुसऱ्या कोणालातरी उपभोगताना बघून माझ्या आतला 'मी' दुखावला जात होता. प्रतिबिंब म्हणजे बिंबाची सावली, ते दोन्ही वेगळे असूच शकत नाही, पण इथे प्रतिबिंब तिच्या रूपात समोर उभं राहिलं होतं, त्याला माझ्या स्वप्नातलं जीवन जगताना बघून माझ्यातल्या बिंबाला त्रास होत होता म्हणून हा सगळा राग, हा तुसडेपणा असा उफाळून येत होता. 'मी'चा अहंकार दुखावला जात होता. ही कटुता जीभेवर उतरत होती. मनाविरुद्ध पण त्या तुसड्या 'मी'चा भयंकर राग येत होता मला. माझं स्वप्न साकार झालं नाही म्हणून तिच्यावर असं रागावण्याचा मला काय अधिकार होता? मनाच्या कोर्टात अशी स्वत:चीच उलटतपासणी सुरू झाली आणि मग मनाला थोडंसं शांत वाटलं, मनावरचं ओझं उतरू लागलं, आभाळ निरभ्र होऊ लागलं.

आज मी वेळेच्या अगोदरच व्हिजिटला बाहेर पडले, रस्ता ओलांडून 'त्या' घराचं फाटक उघडून आत शिरले. फाटकाचा आवाज ऐकून 'ती' बाहेर आली. "शुभदा, निरंजनला बरं वाटतंय का?" मी अत्यंत प्रेमानं तिला विचारलं, माझ्या आवाजाचं तिला खूपच आश्चर्य वाटत होतं, गडबडलेल्या अवस्थेत ती उत्तरली, "पण डॉक्टर, माझं नाव शुभदा नाही, माझं नाव..."

"असू दे, आजपासून मी तुला शुभदा म्हणूनच हाक मारणार, चालेल ना? निरंजन, आजपासून नवीन औषध सुरू करते, लवकरच बरं वाटेल." असं म्हणत मी सायलीला मांडीवर घेतलं आणि काही क्षणांत तिनं माझी साडी ओली केली, तिचा चेहरा चांगलाच गोरामोरा झाला. "डॉक्टर थांबा, दुपटं देते." म्हणून ती किचनकडे धावली.

"अगं असू दे, लहान मुलं नाही तर मोठी माणसं का करणार असं?" मी जोरात हसले. माझ्या हसण्यात त्या दोघांच्याही हसण्याचा आवाज मिसळला.

◆

(मी मराठी डॉट नेटवर प्रसिद्ध)

उद्ध्वस्त

लगबगीने काम करणारे माझे हात घड्याळ्याच्या काट्यांकडे लक्ष जाताच आणखी वेगाने काम आटोपत होते. दहा मिनिटांनी निघायलाच हवं. आठ पंचवीसला निघाले नाही तर आठ चाळीसची बस चुकते, मग कंपनीत पोहोचायचं म्हणजे वीस रुपये रिक्षावर खर्च करा आणि शिवाय उशीर होणार ते वेगळंच. त्यातच राहुलचा हट्ट चालला होता, 'आई, मला फ्रिजमधला पेप्सिकोला खायला दे ना' म्हणून! मी त्याला कसंबसं समजावलं. बास्केटमध्ये त्याचं दूध, खाऊचे डबे, दोन केळी आणि संध्याकाळी बदलायला ड्रेस घातला. पर्स गळ्यात अडकवली. राहुलला सांभाळणाऱ्या मावशींचं घर आमच्या आवारातच दोन बिल्डिंग सोडून होतं.

राहुलला अच्छा करून मी खाली आले. अतिशय वेगानं माझी पावलं पडत होती. बिल्डिंगमधले दोन फ्लॅट मागे टाकून मी डावीकडे वळले आणि एक क्षणभर माझं त्याच्याकडे लक्ष गेलं, कालच्याप्रमाणेच आजही तो तिथं उभा होता. अतिशय प्रसन्न व्यक्तिमत्त्वाचा, निळसर रंगाचा रेमंडचा शर्ट त्यानं घातला होता, मागे वळवलेले त्याचे केस हवेवर उडत होते. मनातल्या मनात मी अस्वस्थ झाले. गेले चार दिवस असंच चाललं होतं. त्याला तिथं असं उभं राहिलेलं बघितलं की, मला काहीतरी व्हायचं! आत कुठंतरी हलल्यासारखं व्हायचं.

तो... तो... लंगडा होता. लंगडा! शब्द वापरला आणि मला वाईट वाटलं. 'त्याला पाय नव्हते' पण का कुणास ठाऊक हे शब्दही मनाला टोचत होते. मांड्यांपासून त्याला पाय नव्हते. दोन्ही मांड्यांच्या खाली दोन लाकडी गोल बसवले होते.

आठ चाळीसची बस पकडायचीय हे विचार मनात असूनही तो उभा होता ती बिल्डिंग ओलांडून जाताना माझी पावलं संकोचली. आमच्यासारखी धावपळ करणारी माणसं बघून काय वाटत असेल त्याला? एक क्षणभर मागे वळून त्याच्या चेहऱ्यावरचे भाव निरखावेत असं वाटलं, पण तरीही मी मागे वळून बघितलं नाही.

माझ्या डोळ्यांत दाटून आलेली अनुकंपा, सहानुभूती! कदाचित तो आणखी अपमानित होईल या विचारानं मी वळून बघितलं नाही, पण मग बघितलं नाही याची खंतही वाटत राहिली; त्याला असं तर वाटणार नाही ना 'ही लगबगीनं धावपळ करणारी माणसं माझ्यासारख्या लंगड्या माणसाकडे कशाला बघतील?'

प्रयत्नपूर्वक त्याच्याकडे न बघता ती बिल्डिंग ओलांडून मी पुढे गेले आणि मनातली विचारांची आंदोलनं झटकून टाकली. आठ चाळीसची बस मिळाली. ऑफिसमध्ये मी वेळेवर पोहोचले. मग सेल्स ऑफर, कोटेशन्स, बिलिंग- दिवसभराच्या कामात मी त्याला पार विसरले.

संध्याकाळी ऑफिसमधून बाहेर पडले आणि समोरच एक लंगडा भिकारी दिसला आणि मला पुन्हा त्याची आठवण झाली. भिकाऱ्याला बघून त्याची आठवण झाली म्हणून स्वत:चाच रागही आला. लंगडेपणामुळे त्याच्यात आणि भिकाऱ्यात साम्य वाटावं मला? किती प्रसन्न व्यक्तिमत्त्वाचा होता तो! मनातल्या विचारांना झटकून टाकण्याचा मी प्रयत्न केला.

बऱ्याच दिवसांपासून मी त्याला पाहत होते, लाकडी गोल ठोकलेल्या त्याच्या पायांकडे मी लांबूनच पाहायची, पण मी त्याच्या चेहऱ्याकडे कधीच पाहिलं नाही, म्हणजे माझं धैर्यच व्हायचं नाही. एक दिवस बघितलं तर पांढरी लान्सर आली, ड्रायव्हरनं कारचा दरवाजा उघडला आणि ड्रायव्हरच्याच मदतीनं तो आत बसला. म्हणजे तो कुठंतरी जात होता हे निश्चित, कुठं जात असेल? त्याच्यविषयी बरंच काही जाणून घ्यावंसं वाटत होतं. त्याचं लंगडेपण आतल्या आत बोचत होतं, त्याच्याविषयी मन दयेनं भरून येत होतं. त्याच्या उमद्या व्यक्तिमत्त्वाकडे बघून त्याला पाय नसणं खूपच खटकत होतं.

ही खंत यांच्याजवळ बोलून दाखवावी असं वाटूनही मी गप्प बसले. "तुम्ही काय लेखिका ना, म्हणजे भारीच सेंटी! अशी हजारो लंगडी माणसं जगात आहेत, सगळ्यांचाच विचार आपण करायला लागलो तर आपल्या डोक्याचा पार भुगा होणार, मग स्वत:विषयी केव्हा विचार करणार?" असं म्हणून यांनी माझं बोलणं हसण्यावारी नेलं असतं.

दरम्यान, आमच्या कंपनीत युनियनचा नवीन करार झाला. पगारवाढ, वाढीव बोनस त्याचबरोबर आणखी एक नवीन बदल झाला. लंचटाइम एक तासाऐवजी अर्धा तास आणि सकाळी नऊऐवजी साडेनऊची वेळ झाली. माझी जाण्याची वेळ बदलली. नंतर पुन्हा कधीच तो मला दिसला नाही. बिल्डिंग ओलांडून जाताना क्षणभर त्याची आठवण यायची. सहा महिन्यांत मी त्याला पूर्ण विसरले. अगदी त्याचे ओझरते बघितलेले 'ते' पायही लक्षात राहिले नाहीत. त्याच्या न दिसण्यानं निदान मनातली ती अनामिक खंत तरी कमी झाली. त्या दिवशी संध्याकाळी हे घरी

आले तेच मोठ्या आनंदात. हातात पेढ्यांचा बॉक्स अन् त्यांच्या आवाजानं घर नुसतं दणाणून गेलं, "अनुराधा, हा पेढ्यांचा नैवेद्य देवाला दाखव, अगं आपलं घराचं लोन सँक्शन झालं, आता आपण आपल्या प्लॉटवर छान बंगला बांधायचा." बंगल्याचं स्वप्न आता पूर्ण होणार या विचारानं मन आनंदित झालं होतं, राहुल तर नुसता नाचत सुटला.

बंगला बांधायचा म्हणजे चांगल्या आर्किटेक्चरकडून प्लॅन काढून घ्यायला हवा. यांनी एक-दोन मित्रांना फोन करून विचारलं, त्यांच्याकडून आर्किटेक्ट राजवाडे फार हुशार आणि नावाजलेले आहेत असं समजलं. यांनी मला फोन करून संध्याकाळी ऑफिस सुटल्यावर परस्पर राजवाड्यांच्या ऑफिसमध्ये यायला सांगितलं. संध्याकाळी आम्ही दोघं भेटलो आणि त्यांच्या ऑफिसच्या दिशेनं चालायला लागलो, तसं जवळच होतं. 'अनिकेत राजवाडे (बी.आर्च.)' ऑफिसवरची पाटी वाचून किंचित हसायला आलं, 'अनिकेत' म्हणजे घर नसलेला! लाखो लोकांना घराचे प्लॅन काढून देणारा हा आर्किटेक्ट घराविना! गंमतच वाटली. तळमजल्यावरच ऑफिस बघून जरा हायसं वाटलं, जिने चढायचा त्रास नाही या विचारानं; कारण इथली बहुतेक सगळी ऑफिसेस पहिल्या किंवा दुसऱ्या मजल्यावरच होती. काचेचं दार ढकलून आम्ही आत शिरलो. वातानुकूलित ऑफिसचं बाह्य दर्शन मनाला सुखावणारं होतं. अगदी समोरच गणपतीची भव्य पाचफुटी मूर्ती, तिला घातलेला गुलाबाच्या फुलांचा हार आणि त्या समोर लावलेली मंद सुवासाची उदबत्ती! वातावरणात एक पावित्र्य भरून राहिलं होतं. त्या मूर्तीच्या बाजूलाच तेथे येणाऱ्या ग्राहकांसाठी निळ्या फोमच्या आठ ते दहा खुर्च्या होत्या. समोर अर्धवर्तुळाकृती निळसर काचेचं टेबल, त्यावरचा इन्टरकॉम! त्याच्या पलीकडे खुर्चीवर बसलेली सुरेख रिसेप्शनिस्ट! तिनं गोड आवाजात आमचं स्वागत केलं. "राजवाडेंना भेटायचंय" हे म्हणाले.

"एक मिनिट," असं म्हणून तिनं इंटरकॉम उचलला. "आतमध्ये दुसऱ्या कस्टमरबरोबर मीटिंग चालू आहे, थोडा वेळ बसावं लागेल." ती उत्तरली. आम्ही दोघंही शांतपणे ऑफिसचं निरीक्षण करत बसलो होतो. वीस एक मिनिटांत तिनं आम्हाला आत जायला सांगितले.

आतलं ऑफिस आणखी छान होतं. समोरून खालपर्यंत ॲक्रेलिकच्या काचा लावलेलं मोठं काळं टेबल, बाजूच्याच काचेच्या शेल्फमध्ये ठेवलेल्या नीटनेटक्या बॉक्स फाइल्स! टेबलावर आकर्षक पेन स्टॅन्ड! आणि त्या पलीकडे झुलत्या खुर्चीवर बसलेले रुबाबदार 'अनिकेत राजवाडे.' एक क्षण त्यांच्याकडे बघितलं आणि जाणवलं, यांना कुठंतरी बघितलंय; कुठं ते मात्र आठवत नव्हतं. हे त्यांच्याशी बराच वेळ चर्चा करत होते, त्यांची साइट व्हिजिट, प्लॅन याविषयी

सगळं बोलून झाल्यावर आम्ही त्यांचा निरोप घेतला. राजवाड्यांकडून आमचा प्लॅन आला, महानगरपालिकेकडून तो मंजूर झाला आणि चांगलासा मुहूर्त बघून कामाला सुरुवात झाली. अधूनमधून मी साइटवर जात होते. हवं-नको ते बदल सुचवत होते. बघता बघता बंगल्याचं काम पूर्ण होत आलं होतं. हे तर सगळ्या कामात इतके व्यग्र होते की माझ्याशी दोन शब्द बोलायलाही त्यांना सवड होत नव्हती. सगळं काम पूर्ण झाल्यावर यांनी समाधानाचा श्वास टाकला.

"अनुराधा, आज आपण सकाळीच बंगला बघायला निघू या, मग तिकडूनच बाहेर जेवायला जाऊ या." म्हणजे आज अजिबात काम नाही, मस्त एन्जॉय करायचा दिवस! मी आणि राहुल लवकरच तयार झालो. बंगल्यावर पोहोचलो. सुरुवातीच्या काळात काय काय सोयी हव्यात ते सांगितल्यानंतर माझं येणं झालंच नव्हतं; त्यामुळे पूर्ण झालेलं काम कधी एकदा बघेन असं झालं होतं. मी बंगल्यात शिरले आणि चकित होऊन बघतच राहिले! इतकं सुंदर माझं घर! संगमरवरी देवघर, एकावर एक पायऱ्या, त्यावरची छत्री, किचनमधल्या टाइल्स, ट्रॉलिज, ओव्हनची सुबक जागा, हॉलमध्ये तीन पायऱ्या चढून गेल्यावर केलेली डायनिंग टेबलची व्यवस्था, भिंतीतल्या शोकेस, कॉर्नर पीस, बेडरूमच्या फ्रेंच विंडोज आणि वॉर्डरोब! मी अविश्वासानं सगळं बघत होते, 'हे माझंच घर का?' अशा संभ्रमात. स्वप्नातलं घर साकार झालेलं बघून मन समाधानानं भरून आलं होतं. मनातल्या मनात मी आर्किटेक्ट राजवाड्यांना धन्यवाद दिले.

यांच्या चेहऱ्यावर पण समाधान दिसत होतं. मी म्हटलं यांना, "अनिकेत राजवाड्यांना जाऊन भेटून येऊ या, त्यांचे आभार मानायला हवेत आणि त्यांना एक छानशी भेट देऊ या त्यांच्या घराला शोभेल अशी; मी तर म्हणते, ताजमहालाची छोटी प्रतिकृती देऊ या, त्यांची बायको खूश होईल." माझी बडबड चालूच होती. यांनी एक खोल नि:श्वास सोडला, अगदी मला जाणवेल असा. मी चमकलेच, "का हो काय झालं उदास व्हायला?"

"अगं, बिचारे राजवाडे, दोन्ही पाय नाहीत त्यांना." हे उद्गारले.

"काय, पण इतक्या दिवसांत बोलला नाहीत तुम्ही कधी?"

"अगं, घराच्या कामात इतका गुंतलो होतो आणि विषयच निघाला नाही तसा." मग एकदम आठवलं, राजवाड्यांच्या ऑफिसमध्ये गेल्यावर त्यांना कुठंतरी बघितल्यासारखं वाटत होतं. मी आठ चाळीसची बस गाठायला धावायची, तेव्हा तो उमद्या प्रसन्न व्यक्तिमत्त्वाचा, पाय नसलेला तरुण ती बिल्डिंग ओलांडताना दिसायचा! हाच तो अनिकेत!

"मी अनिकेत राजवाड्यांना भेटले तर तुमची काही हरकत आहे का?" मी यांना विचारलं.

"माझी हरकत नाही, पण उगीच त्यांचं मन दुखावलं जाईल असं काहीतरी त्यांना विचारू नकोस म्हणजे झालं." मी राजवाड्यांच्या ऑफिसमध्ये पोहोचले, रिसेप्शनिस्टची परवानगी न घेताच आत गेले. झुलत्या खुर्चीवर राजवाडे बसले होते, समोर कस्टमर बसले होते, त्यांच्या बरोबर काहीतरी चर्चा करत होते, त्यांच्याकडे बघून त्यांना पाय नाहीत यावर कुणाचाच विश्वास बसला नसता. मला बघून त्यांना खूप आश्चर्य वाटल्यासारखं दिसलं आणि मी अपॉइन्टमेंट न घेता आल्यामुळे ते थोडेसे डिस्टर्बही झाल्यासारखे दिसले. समोरच्या कस्टमरजवळ दिलगिरी व्यक्त करत त्यांनी त्यांना थोड्या वेळासाठी बाहेर जायला सांगितलं.

"बसा मिसेस लिमये," हसून ते म्हणाले, "काही प्रॉब्लेम आहे का?" माझ्या डोळ्यांच्या कडा पाणावल्या होत्या, "राजवाडे, तुम्ही कधी बोलला नाहीत, मी ऑफिसला जाताना रोज तुम्हाला बघायची, खूप वेळ अस्वस्थ व्हायची, काही सुचायचं नाही; असं का व्हायचं समजत नव्हतं! तुमच्या समोरून चालताना, माझीच पावलं टाकताना अपराध्यासारखं व्हायचं." मी आवेगानं बोलत होते, डोळ्यांतून आसवं वाहायला लागली होती.

"अरे, अरे, मिसेस लिमये, मला राजवाडे म्हणण्यापेक्षा अनिकेतच म्हणा; मी तुमच्यापेक्षा खूप लहान आहे. माझ्याविषयी जाणून घ्यायचंय ना, तसं तुम्हाला माझ्याविषयी सांगण्याचं काही कारणच नाही, पण तुमच्या स्वच्छ, सरळ मनाला झालेला त्रास मला जाणवतोय, एखाद्याचं दु:ख मनाला जाऊन भिडलं की असं होतं. माझ्याबद्दल मी कधीच कुणाला काही सांगत नाही, पण आज तुम्हाला सांगणार आहे, तुमच्या मोठ्या वयाचा विचार करून. अगदी साधी आहे कहाणी!

"आर्किटेक्चरचं शिक्षण घेऊन नुकताच मी कॉलेजमधून बाहेर पडलो होतो. आईचा एकुलता एक मुलगा, मी सातवीत असतानाच बाबा गेले, बाबांच्या माघारी आईनं शिक्षिकेची नोकरी करून मला शिकवलं होतं. वडिलोपार्जित इस्टेट होती पण नातलगांनी आईच्या एकाकीपणाचा गैरफायदा घेतल्यानं आमच्या वाट्याला काहीच आलं नव्हतं. अगदी राहायला चांगलं घरही नव्हतं. मित्रांची चांगली घरं बघितली की, वाईट वाटायचं. मग मनाशी निश्चित ठरवलं की, स्वत:चा व्यवसाय सुरू केल्यावर छान घर बांधायचं आणि आईला सुखात ठेवायचं. त्याच वेळेस व्यवसायाच्या निमित्तानं देवधरांशी ओळख झाली; त्यांना माझा स्वभाव, माझं शिक्षण, वागणं सगळंच आवडलं होतं. त्यांनी त्यांच्या एकुलत्या एक मुलीसाठी माझी निवड केली. मी त्यांना माझ्या घरातल्या परिस्थितीची जाणीव करून दिली, तरीही त्यांनी त्यांच्या मुलीशी, सुरुचीशी माझी ओळख करून दिली होती. परिचयाचं आवडीत आणि आवडीचं प्रेमात रूपांतर कधी झालं कळलंच नाही. व्यवसायात मी स्थिर नव्हतो. माझी थांबण्याची तयारी होती, पण देवधरांची थांबण्याची तयारी नव्हती. लवकरात

लवकरातला मुहूर्त काढून थाटात लग्न झालं, आई तर खूप खूश होती सुनेवर.

"लग्न झाल्यावर व्यवसायाच्या व्यापामुळे आपल्याला बाहेरगावी फिरायला जाता येणार नाही याबद्दल मी सुरुचीला सांगितलं होतं. पण अगदीच कुठं नाही तर पप्पांची कार घेऊन आपण माथेरानला तरी दोन दिवस जाऊ या, असा तिनं हट्ट धरला. मी पण तिचं मन मोडायला नको म्हणून तयार झालो. आई खूप काळजी करत होती. नीट सांभाळून जा म्हणून वारंवार बजावत होती. आईचा आणि सुरुचीच्या पप्पांचा निरोप घेऊन आम्ही निघालो.

"सुरुचीला वेगाचं फार वेड होतं. कार चालवताना ती खूप वेगात चालवावी असा तिचा हट्ट असायचा. तिला वेगात थ्रिल वाटायचं! त्या दिवशी माथेरानला जाताना म्हणत होती "अनिकेत, वेग वाढव ना! अजून वेगात, काय मस्त वाटतंय बघ! ही थंड हवा, काय मजा येतेय ना? मलाही काय झालं होतं समजत नव्हतं. मी वेग वाढवतच होतो. ते भयंकर वळण, त्या वळणावरून येणारा ट्रक दिसलाच नाही. ट्रकची जोरात धडक बसली. क्षणभर काही समजलंच नाही. शुद्धीवर आलो तेव्हा मी हॉस्पिटलमध्ये होतो; आई माझ्याजवळ बसून आसवं पुसत होती. प्रथम मी सुरुचीची चौकशी केली, कळलं तिला केवळ मुका मारच बसला होता, हात फ्रॅक्चर झाला होता आणि प्लॅस्टरमध्ये ठेवला होता. सुरुचीचा विचार करता करता एक असह्य कळ आली पायातून! पाय हलवून बघण्याचा प्रयत्न केला, पुन्हा एक जीवघेणी कळ! पायावरचं पांघरूण बाजूला केलं आणि... आणि... जे काही बघितलं ते भयंकर होतं! माझी आरोळी साऱ्या हॉस्पिटलभर घुमली. माझे दोन्ही पाय मांड्यांपासून कापले होते! मी रडत होतो लहान मुलांसारखा!

"हॉस्पिटलमधून घरी आलो. वाटलं, सुरुची घरी असेल, पण ती माहेरी गेली होती. मन दुखावलं! सुरुची श्रीमंताची एकुलती एक मुलगी होती, ती असली तडजोड स्वीकारणार नव्हती याची जाणीव होती मला. पण तरीही मला तिच्या आधाराची आता खूप गरज होती, तिनं असं जाऊ नये असं वाटत होतं. तिनं मित्र म्हणून तिला आवडणाऱ्या माणसाचा स्वीकार करावा पण माझं घरकुल असं मोडून जाऊ नये, तिचं पत्नी म्हणून घरात असणंच मला खूप धीर देणारं होतं. पण नाही, सुरुचीनं घटस्फोटाची नोटिस पाठवली. मीही कुठलाही वादविवाद न करता त्यावर सही केली. सहा महिन्यांनी आम्ही विभक्त झालो. माझं घराचं स्वप्न असं मोडून पडलं! पार उद्ध्वस्त झालं!

"तरीही मी उभारी धरली. माझे पाय कापले गेले म्हणजे सगळंच संपलं नव्हतं! माझ्या हातातली कला अजून शाबूत होती. ईश्वरानं दिलेली डोळ्यांची, हातांची अनमोल देणगी माझ्याजवळ होती. निष्णात डॉक्टरांनी ऑपरेशन करून हे लाकडी गोल माझ्या मांड्यांत बसवले, ज्याच्या आधारानं मी उभा राहू लागलो. सुरुवातीचे

काही दिवस रिक्षा वापरली आणि व्यवसायात जम बसल्यावर कार घेतली, पूर्ण वेळ नोकर ठेवला आणि मग सगळी घडी नीट बसली.

"माझ्या व्यवसायात स्थिरावलो, नाव कमावलं, कीर्ती कमावली, संपत्ती मिळवली. आता मी खरोखरच खूप तृप्त झालोय.

"मी घराचे सुंदर प्लॅन्स बनवतो. त्या घरात राहायला जाणाऱ्या त्या कुणातरी दोघांचे समाधान, आनंद बघतो आणि आतल्या आत मी सुखावतो. त्यांचा आनंद मी स्वत: अनुभवतो. त्या सुंदर घरात राहायला जाताना ती कुणीतरी दोघं स्वप्न रंगवणार आहेत, घर सजवणार आहेत, असा विचार करतो आणि माझं उद्ध्वस्त झालेलं घर त्या सुंदर घरांमध्ये विसरून जातो.''

माझे डोळे काठोकाठ भरून आले होते. नवीन घरात राहायला जाताना त्याचं उद्ध्वस्त घर आठवून मी मनातल्या मनात अंतर्मुख झाले.

◆

(मी मराठी डॉट नेटवर प्रसिद्ध)

शिक्षा

निखिल आणि प्रसाद दोघांचीही लग्नं झाली. गेले पंधरा दिवस घरात पाहुण्यांची नुसती गडबड चालली होती. आज लग्नाचा सत्यनारायण झाला आणि पाहुण्यांनी मुक्काम आवरता घेतला. एकेकांचे आहेर देणं, लाडू-चिवड्यांचे डबे भरणं यात गुंतलेली, सगळ्यांना हसून निरोप देणारी, चार मोजक्याच पण ठसठशीत दागिन्यांनी सजलेली अनुराधा कशी लक्ष्मीसारखी दिसत होती. 'कार्य अगदी दृष्ट लागण्यासारखं केलं, पैसा पण सढळ हाताने खर्च केला. सुनांच्या अंगावर देखील भरपूर दागिने घातलेत, काय सुरेख आहेत सुना...!' या आणि अशा स्तुतिसुमनांना हसतमुखानं साद देत होती. आत्ये सासूबाई, मामे सासूबाई, वन्सबाई, दूरच्या काकी, मावशी, सगळ्यांचा योग्य तो मानपान केल्यानं सगळेच प्रसन्न होते.

पाहुण्यांची वर्दळ संपली, गजबजलेला बंगला सुना झाला. पोर्चमध्ये एकटीच झोपाळ्यावर बसलेली अनुराधा नजरेनं आपला बंगला डोळ्यांत साठवत होती. आलिशान! हिरव्यागार अशोकाच्या उंचच उंच झाडांत लपलेला, हिरव्या रंगाचा! बंगल्यावरची 'पाचू' अक्षरं येणाऱ्या-जाणाऱ्यांचं लक्ष वेधून घेत होती. हिरव्या लॉनवरून चालत आले की, समोरच तीन-चार पायऱ्या चढून लागते ती छोटीशी बाल्कनी, बाल्कनीत टांगलेले, मन वेधून घेणारे सोनेरी पिंजऱ्यातले लव्हबर्ड्स, सुंदर वस्तूंनी नटलेला दिवाणखाना, त्यात भव्य शोकेसमध्ये रांगेने उभी असलेली, ठळकपणे डोळ्यांत भरणारी हिटलरची पुस्तकं! देवदत्तांच्या हुकूमशाही प्रवृत्तीचं प्रतिनिधित्व करणारी! अत्याधुनिक सोयींनी सुसज्ज असलेले किचन. भव्य संगमरवरी देवघर आणि प्रत्येकाची स्वतंत्र बेडरूम. या सुंदर बंगल्याची मालकीण होती ती! निखिल आणि प्रसादसारखी देखणी, हुशार मुलं! निखिल एम.टेक. तर प्रसाद एम.बी.बी.एस. एक उच्चपदस्थ इंजिनिअर तर दुसरा प्रतिष्ठित डॉक्टर. तरीही तिचं मन सुनं सुनं होतं. का कुणास ठाऊक मनातली आंदोलनं संपत नव्हती. या सगळ्या वैभवावर नजर टाकताना आणि तिनं घेतलेल्या निर्णयाचा विचार करताना तिच्या

मनाची उलघाल होत होती. मंद झोके घेणारे तिचे पाय क्षणात झोक्याचा वेग वाढवत होते, क्षणात कमी करत होते. डोक्यात विचारांची गर्दी झाली होती. मेंदूला मुंग्या आल्याचा भास होत होता. कुणीतरी गर्तेत खोल फेकल्यासारखं वाटत होतं. तिनं तीस वर्षांपूर्वी घेतलेल्या निर्णयाची ती आता कठोरपणे अंमलबजावणी करणार होती. पण खरंच बरोबर होता का तिचा निर्णय? तिच्या या निर्णयानं अन्याय तर होणार नव्हता ना? की मोठ्या मनानं माफ करायला हवं तिनं!

कुणाचा तरी पायरव ऐकू आला आणि तिनं मागं वळून बघितलं. देवदत्त उभे होते. पांढराशुभ्र झब्बा आणि इस्त्रीचा पायजमा. उंच, शिडशिडीत. चेहऱ्यावरचे निग्रही भाव. स्वत:चंच खरं करण्याची हट्टी वृत्ती. देवदत्तांच्या येण्यानं अनुराधाची विचारमालिका तुटली. झोपाळ्यावर ती थोडी बाजूला सरकली. दोघंही बंगल्यात वाढलेल्या उंच अशोकाच्या झाडांकडे बघत होती. अनुराधेच्या मनातील वादळाची त्यांना कल्पना नव्हती. हलकेच त्यांनी तिच्या हातावर हात ठेवला. का कुणास ठाऊक पण तो स्पर्श तिला अगदी परका वाटला. तिचा हात हलकेच दाबत ते म्हणाले, "कार्य छान झालं ना? अगदी अपेक्षा नसलेली पाहुणे मंडळी देखील आली. अर्थात दोघांची लग्नं एकाच मांडवात; त्यामुळे पहिलं आणि शेवटचं हेच कार्य. साहजिक एवढे पाहुणे अपेक्षित होतेच. उद्या ती दोघंही हनीमूनला जाणार तेव्हा तयारीला लागलं पाहिजे. अनु, तू मात्र खूप दमलीस. चांगली पंधरा दिवस विश्रांती घे. हे काय तू बोलत का नाहीस?" क्षणभर तिचं मन थरथरलं! कसा सांगू माझा निर्णय? देवा मला शक्ती दे. तिला तिच्या घाबरणाऱ्या मनाची मनस्वी चीड आली. 'सारं आयुष्य घाबरण्यात घालवलंस, आता कसली भीती, दे झुगारून सगळी बंधनं.' तिनं स्वत:च्याच मनाची निर्भत्सना केली.

दुसऱ्या दिवशी घरात थोडी धावपळ चालली होती. निखिल आणि स्नेहा काश्मीरला जाणार होते. तर प्रसाद आणि अनुजा बंगलोरला! दोघांचीही विमानं थोड्याबहुत फरकानं सारख्याच वेळेला सुटणार होती. अनुराधाच्या मागे त्यांची सारखी बडबड चालली होती. "आई, बंगलोरहून तुझ्यासाठी कुठल्या कुठल्या साड्या आणायच्या त्याची यादीच करून दे." प्रसाद म्हणाला.

"काश्मीरहून तुझ्यासाठी खास लाकडी फर्निचर आणणार आहे." निखिलनं त्याची री ओढली. ते ऐकताना अनुराधेच्या डोळ्यांत आसवांचे कढ दाटत होते. गळा उगीचच भरून येत होता. रखमानं तेवढ्या गडबडीत मोगऱ्याची फुलं तोडून गजरे बनवले. "स्नेहाताई आणि अनुजाताई हा तुमच्यासाठी आणि बाई हा तुमच्यासाठी. माळलाच पाहिजे." रखमाचा प्रेमळ हट्ट. या बंगल्यात आल्यापासून रखमा तिच्या पाठीशी सावलीसारखी उभी होती. तिचं मन मोडावं असं अनुराधाला वाटत नव्हतं तरीही ते कटू शब्द तिचा पाठपुरावा सोडायला तयार नव्हते, 'मोगऱ्याच्या गजऱ्याचा

नसता नाद कशाला हवा? तेवढेच दोन रुपये शिल्लक टाकले असते, तर उपयोगाला आले असते बापाला.' असं म्हणत तिनं तो गजरा बाजूला ठेवला होता. त्यानंतर गेल्या तीस वर्षांत गजरा कधी माळावासाच वाटला नाही.

रखमाने सगळ्यांच्या सूटकेस पोर्चमध्ये आणून ठेवल्या. त्या सर्वांबरोबर अनुराधा पण बाहेर आली. तिच्या पण हातात एक सूटकेस होती. "हे काय तू कुठं निघालीस?'' देवदत्तांनी आश्चर्यानं विचारलं. तिनं त्यांच्याकडे एक कडवा दृष्टिक्षेप टाकला. सगळे तिच्याकडे अवाक होऊन बघत होते. "आई कुठं निघालीस?'' निखिल आणि प्रसाद दोघांनीही एकदमच विचारले. त्या दोघांना डोळ्यांत साठवत भरल्या गळ्याने ती उत्तरली, "वृद्धाश्रमात!''

"काय? अगं पण आई हे असं अचानक! तू काय बोलतेस तुझं तुला तरी कळतंय का? नको गं असं करू आई!''

"नाही रे मुलांनो, हे असं अचानक वगैरे नाही, हा माझा निर्णय तीस वर्षांपूर्वीचा, त्याची बजावणी मी आता, योग्य वेळी करतेय.'' असं म्हणताना तिच्या डोळ्यांतून आसवांच्या धारा सुरू झाल्या. त्या धारेवरून ती हलकेच भूतकाळात शिरली. तिनं सांगायला सुरुवात केली,

लग्न होऊन ती अहमदाबादला आली त्यावेळेस डोळ्यांत अनेक स्वप्नं होती. सगळंच नवं! प्रदेश वेगळा, माणसं नवीन, भाषा वेगळी. काळी-सावळी पण सुरेख व्यक्तिमत्त्वाची अनुराधा! पण पत्रिकेतल्या मंगळानं कुठंतरी घोटाळा करून ठेवला होता. तिच्या दादांना या पत्रिकेमुळे अनेक ठिकाणी चपला झिजवाव्या लागल्या होत्या. अखेर देवदत्तांची आणि तिची पत्रिका जमली. साने मंडळींचा होकार आला आणि दादांनी निःश्वास टाकला. घरात देवदत्त, त्यांचे आई-वडील, धाकटा भाऊ उन्मेश. छोटासाच परिवार. माणसं थोडी जुन्या वळणाची, या आधुनिक काळातही घरात नैवेद्य, वैश्वदेव होत होता. गाईसाठी गोग्रास काढला जात होता. दादांनी अनुराधाचं मत विचारताना, मुलाचं शिक्षण, उच्च पदावरची नोकरी, भरपूर पगार या जमेच्या बाजूंवर अधिक भर देऊन पटवल्या होत्या.

लग्नाची बोलणी सुरू झाली आणि तिथूनच अनुराधाच्या मानसिक यातनांना सुरुवात झाली. मुलाच्या आईला भरपूर सोनं-नाणं, हुंडा हवा होता. घरात जमवलेलं थोडं फार सोनं आणि आईच्या अंगावरचं सगळं एकत्र करूनही त्यांची मागणी पुरी होत नव्हती. घरात दादा एकटेच कमावणारे. अनुराधासह चार भावंडं, एवढ्याशा मिळकतीत शिल्लक ती काय टाकणार. तरीही तिच्या आईनं काटकसर करून हौसेने चार दागिने जमवले होते. अनुराधाच्या पाठची सुजाताही दोन वर्षांत लग्नाला येणार, तिचाही विचार करायला हवा होता. सारा भार शेवटी प्रॉव्हिडंट

फंडाच्या लोनवर!

अनेक मानपान करवून घेत, तुमची लेक पदरात घेतली म्हणजे जणू फार उपकार केले, नाहीतर मंगळाच्या पत्रिकेच्या मुलींची लग्नं जमतात कुठं, असा भाव दर्शवत साने मंडळी वावरत होती. त्यांच्या मुलालाही मंगळ आहे हे ते विसरलेच होते. सगळ्या लग्नात काळ्या मण्यांचं मंगळसूत्र घालून दागिन्यांशिवाय वावरणाऱ्या आपल्या आईकडे बघून अनुराधाला आसवांचे कढ येत होते. लग्नासारखा आनंदाचा आणि मंगल प्रसंग! पण ती मात्र उदासच होती. तिला निरोप देताना आई अगदी उन्मळून रडत होती. माणसं खूपच विचित्र आहेत असं सगळ्यांकडून समजल्यावर पोटच्या गोळ्याला विचार न करता खाईत लोटलं की काय, या विचारानं ती अस्वस्थ होत होती.

लग्न होऊन ती सासरी आली. जुन्या पद्धतीचं तीनमजली घर! वरती पाणी यायची सोय नाही, म्हणून खालून पाणी भरावं लागायचं. अमरावती ते अहमदाबाद असा लांबचा प्रवास करून दमल्यामुळे तिला गाढ झोप लागली. सकाळी जाग आली ती सासूबाईंच्या कर्कश ओरडण्यानं. भांड्यांच्या आदळआपटीच्या आवाजानं. ती धसकून उठली. घड्याळात बघितले तर चारच वाजलेले. तिच्या आतापर्यंतच्या आयुष्यात साडेसहाच्या अगोदर ती कधी उठलीच नव्हती. सासूबाईंची बडबड चालू होती, "इथे इतका वेळ झोपून चालणार नाही. पाणी कोण भरणार? आमचं सारं आयुष्य कष्ट उपसण्यात गेलं, आता तुम्ही सांभाळा थोड्या जबाबदाऱ्या." खाली मान घालून अनुराधा ऐकत होती. डोळ्यांत झोप मावत नव्हती. हातातला हिरवा चुडा अजून कोराच होता. मेहंदीचा मदमस्त सुगंध अजूनही ताजाच होता. तिनं अबोलपणे कामाला सुरुवात केली. देवदत्त मात्र निवांत झोपले होते.

तिच्या नवीन जीवनाला सुरुवात झाली ती अशी. प्रत्येक माणसाचा विचित्र स्वभाव. सासूबाईंची अखंड बडबड. कधी तिला स्वस्थ बसूच द्यायचं नाही हा त्यांचा चंग. रोज धुण्याचे ढीग काढून तिच्यासमोर ठेवायचे. टीव्हीसमोर बसली की, यांचं तोंड सुरू, 'अगं ऊठ, देवाजवळ दिवा लाव, देवाला फुलं घेऊन ये.' देवाजवळ स्तोत्र म्हणायला बसलं की, 'काय देवाचं डोकं धरून बसलीस, जरा झाडांना पाणी घाल.' घरातला स्वयंपाक, धुणं, पाणी, केरवारे, दूध, दळण आणणं, बँकेचे व्यवहार बघणं सगळी सगळी कामं तिनं निमूटपणे स्वीकारली तरी देखील तिला फुसरतीचा एक क्षणही द्यायचा नाही हे त्यांनी पक्क ठरवलं.

तिचे सासरे लग्नानंतर सहा महिन्यांतच वारले. पण या सहा महिन्यांत सद्‌गृहस्थानं तिला कधी नावानं हाक मारली नाही. अडीचचा ठोका पडला की, त्यांना चहा लागायचा. सगळं आवरून पडलेल्या अनुराधाला दचकून जाग यायची. चहा वेळेवर मिळाला नाही की, त्यांचाही तोफखाना सुरू व्हायचा. सगळ्यांचा चहा

झाला की, सासूबाई तिला उकळलेल्या चहात चहा करून द्यायच्या. जेवताना देखील शिळं-पाकं, उरलंसुरलं हिच्या वाट्याला. सगळ्यांना नको असलेले पदार्थ लांबूनच हिच्या पानात भिरकवायचे. वरून बडबड, ''देवदत्त, अजिबात जेवत नाही बघ तुझी बायको. मी जबरदस्ती करते म्हणून तरी थोडी तब्येत टिकून आहे हिची.'' हिचं पोट म्हणजे नुसती कचऱ्याची पेटी. घरात आधीच भांडणं कमी का होती, छोट्या छोट्या कारणांवरून कचाकचा भांडणारी ही माणसं, या गोष्टीचा बभ्रा केला तर आणखी भांडतील या भीतीनं ती सारं काही मनातल्या मनात ठेवत होती. इथलं बेचव, अळणी जेवण जेवताना आईच्या हातच्या चविष्ट, सुग्रास जेवणाची आठवण यायची आणि घास घशातच अडकायचा. डोळ्यांत आसवं जमा व्हायची. सगळीच माणसं लहरी, तिचा धाकटा दीर नोकरी न करता तासन्तास पूजा करत बसायचा. बरं असलं तरी, बरं नाही म्हणून आयुर्वेदिक औषधांवर वाटेल तसा पैसा खर्च करायचा. बरं यासाठी लागणारे सगळे पैसे देवदत्तांकडून उकळायचे.

देवदत्तांची साथ असती तर तिनं हा सारा कोंडमारा सहन केलाही असता कदाचित! या साऱ्यांचा विचित्र स्वभाव एका बाजूला आणि देवदत्तांचा लहरी स्वभाव एका बाजूला. लहानपणापासून कुठलंही काम करायची त्यांना सवय नव्हती. बाहेर जोडीनं फिरायला जाणं नाही, सिनेमा बघायची पद्धतच त्यांच्याकडे नव्हती. निखिलच्या वेळेस पहिल्यांदाच तिला दिवस गेले. गोड संवेदनांनी मन नुसतं भारावलं होतं. त्या एका अनुभूतीनं वाटेल तो त्रास सहन करण्याची तिची तयारी होती. सारखं काहीतरी चमचमीत खावंसं वाटत होतं. नवी कोरी साडी नेसावी, धुंद करणारा लांबच लांब मोगऱ्याचा गजरा माळावा, लांबवर कुठंतरी फिरायला जावं! तिखटजाळ भेळ पोटभरून खावी; त्यावर गोड, आंबट, तिखट असं गच्च पाणी भरलेली पाणीपुरी जिभेवर सोडावी. भीतभीतच तिनं देवदत्तांना सांगितलं, ''अहो, आज मोगऱ्याचा मोठा गजरा आणाल का? आणि संध्याकाळी आपण भेळ खायला जाऊ या का?'' हे सगळं एकदम बोलल्यावर तिची छाती कितीतरी वेळ धडधडत होती. त्यानंतर जे रामायण घडलं, तेव्हापासून तिनं बाहेर खाण्याचा धसकाच घेतला. ते अगदी तारस्वरात ओरडले, ''हे बघ, मोगऱ्याच्या गजऱ्यांचं हे नसतं थेर केलं नसतं ना तर तेवढेच पैसे शिल्लक पडले असते. तुमच्यासारख्या लोकांना हे असलंच आवडणार!'' या रागावर त्यांनी दोन दिवस जेवण केलं नाही.

प्रत्येक गोष्टीत त्यांचंच म्हणणं खरं. कुठला साबण वापरायचा, कुठला शाम्पू वापरायचा हे तेच ठरवणार. प्रत्येक गोष्टीत काटकसर, कपड्यांना वरून किती साबण लावायचा याचाही एक दंडक. सनलाइटच्या तीन वड्यांच्या वर महिन्याला वड्या वापरायच्या नाहीत. तिच्या सासूबाई घरी साबणाची पावडर बनवायच्या. मुळात पावडर थोडी घ्यायची, तिला खूप हलवून हलवून फेस करायचा, सगळ्यांचे

कपडे भिजवून ओले झाले की, उरलेल्या पाण्यात हिचे कपडे बुचकाळायचे. माहेरी आली की, तिचे कपडे अगदी कळकट, मातीकाम करणाऱ्या बाईसारखे दिसायचे. तिची धाकटी बहीण आली होती एकदा माहेरी; तिची पांढरीशुभ्र, चमकदार साडी बघून अनुराधानं आसुसल्या नजरेनं विचारलं होतं, "सुजा, नवीन का गं ही साडी?"

सुजा जोरदार हसून म्हणाली होती, "अगं अनू, तीन वर्षं झालीत या साडीला पण आम्ही काही तुमच्यासारखी साबणाची काटकसर करत नाही, आम्हाला कसा भरपूर फसाफसा साबण लागतो; त्यामुळे जुने कपडेही नवीनच दिसतात." सुजाचं ते उपरोधिक हसू, त्याचे पडसाद कितीतरी वेळ तिच्या कानात उमटत होते. आसवांचे कढ तिनं आतल्या आत दाबले होते.

दागिन्यांच्या बाबतीतही तसंच. लग्नाच्या वेळेस सगळेच दागिने आपण घेणार, या विचारानं व्याकूळ झालेली ती! दागिन्यांचा पॅटर्न कुठला बनवतात याकडे तिचं लक्षच नव्हतं. अगदीच जुन्या पद्धतीचे दागिने बनवले गेले. पण नंतर ते बदलू म्हणता बदलता आलेच नाही. देवदत्तांच्या स्वभावात हा बदल बसतच नव्हता. हे दागिने मोडायचे म्हणजे त्यात घट येणार; त्यामुळे कितीतरी नुकसान होणार. न आवडणाऱ्या अनेक वस्तू मन मारून वापरायच्या हे अनुराधा हळूहळू शिकली. या छोट्या छोट्या गोष्टींसाठी देखील मन मारावं लागतंय हे सोशिक मनाच्या तिनं कधीच आई-दादांना सांगितलं नाही.

पण देवदत्तांच्या भयंकर स्वभावाचा प्रत्यय देणारे ते दोन प्रसंग ती कधीच विसरू शकत नव्हती. निखिल त्या वेळेस अडीच वर्षांचा असेल. प्रसादच्या वेळेस तिला सातवा महिना लागला होता. दिवाळी जवळ आली होती. जडावलेल्या अवस्थेत ती तशीच कामं रेटत होती. धनत्रयोदशीचा दिवस होता. घरात फटाके आणूनही देवदत्त सांगतील तेव्हाच निखिलला फटाक्याला हात लावायला मिळणार होता. "आई मला फटाके दे ना" म्हणून निखिलची तिच्या मागे भुणभुण चालली होती. कामानं थकलेली अनुराधा जोरात ओरडली "अहो, द्या ना त्याला फटाके!"

"नाही आत्ता फटाके मिळणार नाहीत." देवदत्तांचा हुकमी स्वर! त्याही स्थितीत आपण किती असहाय आहोत याची केविलवाणी जाणीव तिला झाली. 'जा गुपचूप घे' तिनं निखिलच्या कानात सांगितलं. निखिल फटाक्यांजवळ पोहोचला, हळूच त्याने बॉक्समध्ये हात घातला; पण वरचं चित्रच तेवढं हाताला लागलं, बाबांच्या भीतीने तो ते चित्रच घेऊन पळत सुटला. गॅलरीत येऊन आपल्या मित्राला ते चित्र दाखवत तो ओरडला, "हे बघ चिराग, आम्ही पण खूप फटाके आणलेत." झालं ते वाक्य देवदत्तांच्या कानावर पडलं; तरातरा गॅलरीत येऊन त्यांनी लहानग्या निखिलला मारायला सुरुवात केली. अनुराधानं काही बोलायच्या आतच तिच्या कमरेत लाथ बसली. चटणी वाटणारी अनुराधा पाट्यावरच कोसळली. सगळी

दिवाळी अबोल्यात गेली. लहानगा निखिल कोपऱ्यात बसून मुसमुसून रडत होता. कुणीही त्याला जवळ घेतलं नाही की फटाकेही उडवले नाहीत. देवदत्तांनी तिच्याकडून तेल लावून अंघोळही केली नाही.

दुसरा प्रसंग असाच. अनेक क्लृप्त्या करूनही ते तिला कधीच माहेरी पाठवायचे नाहीत. त्या वर्षी कसे कुणास ठाऊक पण ते तिला माहेरी पाठवायला तयार झाले. येताना आई-दादांना पण घेऊन ये असा आग्रहाचा निरोप दिला. मनातून ती आनंदली. तिला येऊन दोनच दिवस झाले होते. लगेचच टेलिग्राम धडकला, 'देवदत्त सिक; स्टार्ट इमिजिएट' साऱ्यांच्या आनंदावर विरजण पडले. आई-दादा घाबरले. मनाच्या सैरभैर अवस्थेत, दोन लहान मुलांना घेऊन, आई-दादांबरोबर ती अहमदाबादच्या गाडीत बसली. मन काळजीनं ग्रासलं होतं. सारी रात्र या कुशीवरून त्या कुशीवर तळमळत होती. आई-दादा तिला वरवर धीर देत होते, पण आतून तेही हादरले होते. प्रवासानं थकून घरी आले तर आतून मोठमोठ्याने भांडणांचे आवाज, देवदत्तांचा आवाज सर्वांत मोठा; म्हणजे हे आजारी नाहीत तर! तिच्या हताश मनानं ग्वाही दिली. दार जोरजोरात वाजवलं तरीही कुणी दार उघडायला तयार नाही. प्रवासानं दमलेली, भुकेलेली मुलं बाहेरूनच केविलवाणेपणाने हाका मारत होती, ''बाबा, प्लीज दार उघडा ना.'' आई-दादा संतप्त अवस्थेत उभे होते. मनातून शरमिंद्या झालेल्या अनुराधानं दारावर धक्के मारायला सुरुवात केली. आपल्या नशिबाचे हे भोग बघायला आई-दादांना उगाचच आणलं असं तिला वाटत होतं. अखेर दीड-दोन तासांनी दार उघडल्यावर ते सगळे चोरासारखे आत शिरले. देवदत्त आजारी मुळीच नव्हते. घरात झालेल्या भांडणामुळे त्यांनी तिला टेलिग्राम केला होता. चार दिवस तिचे आई-दादा राहिले पण देवदत्त एक शब्दही बोलले नाहीत. परतताना आई मात्र ढसढसा रडत होती. पोरगी सुखात नाही याची स्पष्ट जाणीव तिला झाली होती. पण ही सोशिक मुलगी तोंडातून शब्दही काढणार नाही हे तिला माहीत होतं. सारं आयुष्य असं मन मारून काढता काढता मुलं मोठी झाली.

''ए आई, आम्हाला असं सोडून जाऊ नकोस गं, तुझ्याशिवाय हे घर घरच राहणार नाही'' निखिलच्या आवाजानं ती भानावर आली.

डोळ्यांतील आसवं पुसत ती उद्‌गारली, ''अरे वेड्यांनो, तुम्हाला मी वाऱ्यावर तर सोडून जात नाही ना? तुमचं आयुष्य व्यवस्थित मार्गी लावलंय. तुमची काळजी करणाऱ्या आल्यात. वास्तविक पाहता मी शिकलेली होते, स्वतंत्र होऊन नोकरी करू शकत होते. इतका मनस्ताप सहन करून तुमच्या वडिलांबरोबर राहण्याचं काही कारणच नव्हतं. पण मनाची, समाजाची आणि संस्कृतीची बंधनं मला असं करण्यापासून परावृत्त करीत होती. घटस्फोटाने कदाचित मी सुखी झाले असते,

स्वतंत्र झाले असते पण माझी चिमणी बाळं घराला, पित्याच्या सुखाला वंचित झाली असती; त्यांचं सारं आयुष्य उद्ध्वस्त झालं असतं. आई किंवा वडील यापैकी कुणा एकाचच प्रेम त्यांना मिळालं असतं. माझ्या घटस्फोटानं आई-दादा कोसळले असते ते निराळेच! यापेक्षा माझ्या मनाचा कोंडमारा मी सहन करू शकत होते.

"तुम्ही दोघंही मोठे झालात. उच्च शिक्षण घेऊन कमवायला लागलात. हा सुंदर बंगला बांधला गेला. सासूबाई गेल्या, यांचा स्वभावही मवाळ झाला. आता कशालाच कमी नाही, पण मनाची हौस आणि उभारी संपलीय. आता या सर्व जबाबदारीतून मी मुक्त झाले. आता माझ्या मनावर कसलंही दडपण नाही. भीती नाही. माझा निर्णय मी समर्थपणे घेतेय. मी वृद्धाश्रमात जाते."

एवढा वेळ सगळं अवाक होऊन ऐकणारे देवदत्तही भानावर आले, "अनुराधा, मला क्षमा कर गं, प्रत्येकाचं स्वतंत्र विश्व तयार झालं आहे, या वेळी मला आधार आहे तो तुझाच. अशा वेळेस मला एकटं सोडून जाऊ नकोस गं." झुकल्या खांद्यांनी आणि भरल्या गळ्यानं ते अनुराधाची क्षमा मागत होते.

तिनं देवदत्तांकडे एक तीव्र दृष्टिक्षेप टाकला. सारं आयुष्य ज्यानं मानसिक छळाशिवाय काहीच दिलं नाही त्या जोडीदाराला आता, या क्षणी, आयुष्याच्या संध्याकाळी तिची खूप गरज होती. तिनं त्यांचं सारं आयुष्य व्यापून टाकलं होतं. कुठल्याही कामाची त्यांना सवय नव्हती. हरघडीला त्यांना अनुराधा हवी होती. मोठ्या जबाबदारीच्या पदावर असणारे देवदत्त सारं सोडून तिच्या बरोबरही जाऊ शकत नव्हते. अशा वेळेस अनुराधा त्यांना एकटं सोडून जात होती, एकाकी!

तिचं सारं आयुष्य मानसिक छळाच्या डावावर लावणाऱ्या या जुगाऱ्याला अशी एकाकीपणाच्या जन्मठेपेची शिक्षा देऊन ती जात होती वृद्धाश्रमात! आयुष्यातला हा एकच निर्णय तिनं अत्यंत ठामपणे आणि न घाबरता घेतला होता.

◆

'चारचौघी' मासिकातर्फे आयोजित कथा स्पर्धेत प्रथम पारितोषिक.
(मी मराठी डॉट नेट व मायबोली डॉट कॉमवर प्रसिद्ध, १९९५)

नजर

सविताने राजीनामा दिला. बातमी ऐकली आणि मी चकित झाले. ऑफिसमध्ये आज सगळ्यांच्या टेबलावर तोच खळबळजनक विषय होता. सविताच्या आठवणींनी मन व्याकूळ झालं. वास्तविक ४-५ दिवसांपूर्वीची अस्वस्थता सोडली तर ती अगदी व्यवस्थित होती. परवा देशपांडे साहेबांनी तिला केबिनमध्ये बोलावलं. बाहेर आल्यावर बराच वेळ अस्वस्थ होती ती. यापूर्वीही देशपांड्यांच्या केबिनमधून बाहेर आल्यावर ती अशीच हरवल्यासारखी वागायची. मी आपणहून तिला छेडणार नव्हते. माझा स्वभावच नव्हता तो. तिलाही आवडलं नसतं ते. पण मला सारं सांगितल्याशिवाय ती राहणार नाही हेही तेवढंच निश्चित! काल 'लंच अवर'मध्ये जेवताना तिचं लक्ष नव्हतं. हातातला घास हातातच राहत होता. मध्येच ती विचारमग्न होत होती.

''सविता, काय झालंय गं, जेवत नाहीस ते?'' हळुवारपणे तिच्या खांद्यावर थोपटत मी म्हटलं.

''अं...'' एकदम हातातला घास डब्यात टाकून डबा बंद करत ती उद्गारली, ''खरंच वीणा काही नाही.'' उगीचंच असं म्हणत कुलरपाशी पोहोचली. बाईसाहेबांचं नक्कीच काहीतरी बिनसलंय, पण काय हे मात्र संध्याकाळी ऑफिस सुटल्यावर विचारायला हवं. पण संध्याकाळ उगवते ती लोकलची गडबड घेऊन. तिची ५:४०, माझी ५:५५, दोघींची घरं दोन टोकांना. मी डोंबिवलीला; ती अंधेरीला. जाऊ दे उद्या विचारू असं ठरवून मी घरी आले.

आणि ऑफिसमध्ये आल्याआल्याच ही बातमी. म्हणजे काहीतरी कारण होतं हे निश्चित. सविताच्या आठवणींनी मन भरून आलं. तिचं रिकामं टेबल बघून ती अजूनही तिथं काम करते आहे असा भास होत होता. तिच्या आठवणींच्या सरी ओघळल्या.

सविता परांजपे, हवंसं वाटणारं लोभस व्यक्तिमत्त्व. गोरा रंग, उंच शिडशिडीत

बांधा, लांबसडक केस आणि मोत्याच्या माळेसारखे चमकणारे शुभ्र दात. हसताना मोगऱ्याची फुलं उधळल्याचा भास व्हायचा. ती जवळून गेली की, मंद मंद सुगंधाची लाट यायची. या सुवासानं तिचं जवळून जाणं-येणंही हवंसं वाटायचं. सुरेख रंग-संगतीच्या, स्टार्च केलेल्या कॉटनच्या साड्या तिच्या व्यक्तिमत्त्वात गहिरेपणाची झाक आणायच्या. या साऱ्यात एक साधेपणा होता. तिचं मनमोकळं वागणं सगळ्यांना आवडायचं. 'लंच अवर'मध्ये हलका-फुलका विनोद सांगून सगळ्यांना हसवायची आणि स्वत:ही खळखळून हसायची. कधीतरी हसता हसता अचानक गंभीरही व्हायची.

तिची माझी पहिली भेट अजूनही आठवते मला. मी नवीन रुजू होणार होते. उगीचच दडपण आल्यासारखं झालं होतं. सांगितलेल्या विभागात पोहोचले. नजरेत अनेक प्रश्नचिन्हं घेऊन. कुठं असेल माझं टेबल? मला जमेल ना काम? आणि त्याचवेळेस आवाज आला, "तूच ना वीणा देवधर?" मी वळून बघितलं. तिच्याकडे बघताना तिच्या सुंदर व्यक्तिमत्त्वाची जाणीव त्याहीवेळेस नजरेत तरळली. बघता बघता आम्ही दोघी जवळ आलो. मिसेस परांजपेवरून सविता आणि सवितावरून 'सवि' असा प्रवास कधी झाला कळलंच नाही.

आज ऑफिसमध्ये अजिबात लक्ष लागत नव्हतं. सगळ्यांनी नुसतं विचारून हैराण केलं होतं, मीही तेच तेच उत्तर देऊन कंटाळले. विचार केला आणि अखेर अर्ध्या दिवसाची रजा टाकली. सरळ अंधेरीच्या लोकलमध्ये बसले. मनात विचार होते- कसं असेल सविताचं घर? आज मूड-ऑफ नसेल ना तिचा? तिचे पती, तिचा मुलगा? कसे असतील? इतक्या वर्षांचा स्नेह पण एकमेकींची घरं बघण्याचा योग कधीच आला नाही.

दुर्वांकुर अपार्टमेंटच्या १२ नंबरच्या ब्लॉकची बेल एकदा... दोनदा आणि वाजवतच राहिले अधीरपणे. "अगं हो... हो... उघडते." आतून सविताचा आवाज आला. "वीणा तूच ना? मला माहीत होतं तुझ्याशिवाय दुसरं कुणी असणार नाही ते." माझ्या हाताला धरून आत नेत तिनं अगत्यानं स्वागत केलं. मुंबईच्या धकाधकीच्या जीवनात असं अगत्य दुर्मीळ आणि त्यामुळेच हवंसं वाटणारं. "तुझ्यासाठी काय काय केलंय. पण थांब हं. गॅस बंद करून येते." असं म्हणून सविता आत गेली. क्षणभर बाहेरच्या हॉलवरून नजर फिरवली. तिच्या रेखीव व्यक्तिमत्त्वापेक्षाही कितीतरी अधिक पटींनी सुरेख सजवला होता तो दिवाणखाना. रंगसंगतीचा मिलाफ. बदामी रंगाच्या फिकट भिंतीवर लटकलवलेलं अजिंठा आर्टचं पेंटिंग तिच्या चित्रकलेच्या आवडीची साक्ष देत होतं. मोजकं पण आकर्षक फर्निचर, ती सतार उत्कृष्ट वाजवायची, गवसणी घालून सतार एका कोपऱ्यात उभी होती; काश्मिरी टीपॉयवर.

"वीणा, ये गं, गरम चहा घे आधी." सविताच्या आवाजानं तंद्रीतून भानावर येत मी निरीक्षण संपवून किचनमध्ये आले. थकलेल्या शरीराला गरम चहा बरा वाटत होता. काम करता करता तिचं बोलणं चालू होतं. "विणे, तुझ्यासाठी बघ गुलाबजाम, पुलाव, दहिवडे- काय मस्त बेत केलाय."

"बस, बस सविता. ऐकूनच तोंडाला पाणी सुटलंय नुसतं. पण ते सारं जाऊ दे, सवि, हे सारं काय घडलं गं? कशासाठी तू..."

"वीणा प्लीज, तो विषय नंतर. मी सारं काही तुला सांगणारच आहे, पण आता नको." मग मी विषय काढलाच नाही. तिचा छोटा निनाद खेळून आला, त्याच्याशी बोलण्यात रमले. तिच्या मिस्टरांशी पण ओळख झाली. ते मात्र फार अबोल वाटले. दोघांच्याही वागण्यात जी परिपक्वता दिसली ती दुर्मीळच! हसतखेळत जेवण पार पडलं.

घड्याळात बघितलं. बराच उशीर झाला होता. आता डोंबिवलीला पोहोचणार कधी? "सविता, तुझी कहाणी लवकर सांग बरं, बराच उशीर होणार जायला." मी म्हटलं.

"वीणा, मी जे सांगणार आहे ते सारं शब्दांच्या पलीकडलं आहे. कदाचित मलाच ते जाणवलं असेल. दुसऱ्या एखाद्याला तेवढं वाटणारही नाही. सारे दृष्टिकोनांचे फरक, दुसरं काय, हं घे." असं म्हणत तिनं एक पाकीट माझ्या हातात ठेवलं, "यात सारं काही लिहिलंय, जे मला शब्दांत सांगता येणार नाही ते."

सविताचा निरोप घेऊन गाडीत बसले. आईला मैत्रिणीबरोबर निरोप पाठवला होता म्हणून ती वाट बघणार नव्हती. गादीवर पडले आणि आधी पाकीट फोडलं,

प्रिय वीणास,

माझ्या राजीनाम्याची बातमी ऐकून सगळेच चकित झाले असतील. क्षणभर माझं मलाही कळलं नाही मी हे काय करतेय म्हणून. १० वर्षांची नोकरी, चांगला पगार, नोकरीच्या चाकोरीत स्थिर झालेलं जीवन.

वीणा माझा संसार तू बघितलास. ईश्वराने ओंजळ भरभरून, अं हं ओंजळीतून सांडेस्तोवर दिलंय. चांगलं व्यक्तिमत्त्व, साजेसा जोडीदार, सुंदर हुशार मुलगा, मनासारखं घर आणि या साऱ्यांची जाणीव असणारं हळुवार मन.

लग्न होऊन अनिरुद्धबरोबर आले त्यावेळेस मन कसं पिसासारखं हलकं झालं होतं. लग्नानंतर काश्मीरचं बुकिंग केलं होतं अनिरुद्धनं. त्या निसर्गरम्य वातावरणात आणि नव्या नवलाईत रमून गेले होते.

त्याही वेळेस मला एक खटकायचं, अनिरुद्ध खूप मितभाषी आहेत. अगदीच अबोल! त्या दिवशी ते पहेलगामचं बुकिंग करायला बाहेर गेले होते. शिकाऱ्यातून दिसणाऱ्या श्रीनगरच्या हिरव्यागार पहाडीचं मी केलेलं सुरेख पेंटिंग बघून शिकाऱ्याचा मालक देखील चकित झाला होता. तोडक्या मोडक्या हिंदीत त्यानं आपलं कौतुक प्रकट केलं होतं. अनिरुद्ध यायच्या आत ते पूर्ण करून समोर दिसेल असं ठेवलं. अनिरुद्ध आले, माझं मन धडधडलं, यांच्या कौतुकाच्या लाटेत पार गुदमरून जाऊ असं वाटलं. पण तसं काहीच घडलं नाही. ते पुढच्या प्रवासाच्या प्लॅन्समध्ये दंग होते. माझे मात्र डोळे भरून आले होते. इतकं परिश्रमपूर्वक चित्र काढलं आणि यांनी साधं बघितलंही नाही. पुन्हा कधीही चित्र न काढण्याचा निर्णय घेऊन फाडण्यासाठी चित्र उलटं केलं तर कोपऱ्यात मजकूर लिहिला होता-

वाह! लाजवाब!

अनिरुद्ध.

मनातला राग थोडा कमी झाला. जपून ठेवलं ते चित्र. त्यानंतर बरेचदा आमचे वाद-विवाद व्हायचे. म्हणजे मीच बडबडायची. कशाकशाची म्हणून चांगली-वाईट प्रतिक्रिया व्यक्तच करायची नाही का माणसानं?

एकदा असाच स्वेटर विणला. यांनी घातला आणि काढून ठेवला. खूप भांडले त्यांच्याशी, त्यावेळेस खूप व्याकूळ झाले होते, 'सवि, प्लीज भांडू नकोस गं माझ्याशी. तुझ्याविषयी प्रेम, कौतुक, सारं मनात दाटून येतं; पण शब्दच आकार घेत नाहीत. लहानपणापासून आई-वडिलांची कडक शिस्त, त्यानंतरचं पाचगणीच्या होस्टेलमधलं जीवन! असं एकाकी राहताना शब्दच साथ सोडून गेल्यासारखे वाटतात. तुझ्याविषयी वाटणारं प्रेम, कौतुक, राग, कृतज्ञता साऱ्या भावना मी नजरेतून व्यक्त करतोय, माझ्या डोळ्यांत बघशील तर सारं सापडेल तुला.'

त्यांचा उदास स्वर हृदयाला हेलावत गेला, मला गलबलल्यासारखं झालं. त्यानंतर मीही बदलले. त्यांच्या नजरेनं केलेलं कौतुक जाणवायला लागलं. शब्दांचा फुलोरा खोटा वाटायला लागला इतकी संवेदनशील झाले. माझी बोटं सतारीवरून फिरू लागली की, तिथं एक नादब्रह्म निर्माण व्हायचं आणि त्यावेळेस शब्दांपेक्षा डोळेच अधिक बोलके व्हायचे.

आमच्या जीवनात निनादचं आगमन झालं, तो मोठा झाला. पेंटिंग, सतारवादन अनेक कला शिकून झाल्या तरीही वेळ जायचा नाही म्हणून मी नोकरी करू लागले. अनिरुद्धांचा विरोध असूनही त्यांनी तो दर्शवला नाही.

गेल्या सहा महिन्यांपर्यंत या साऱ्याचा ताल कुठंही बेताल झाला नव्हता; पण सहा महिन्यांपूर्वी दातेसाहेब गेले आणि त्या जागी आलेले देशपांडे साहेब. त्यांच्या येण्यामुळे माझं शांत आणि स्थिर जीवन ढवळून निघालं. आज पाचव्यांदा बोलावून त्यांनी मला एकच वाक्य सांगितलं, 'यू आर लुकिंग सो चार्मिंग!' त्यांच्या वागण्यानं मी अवाक झाले. सुरुवातीला हवीशी वाटणारी स्तुती नंतर जाचक वाटायला लागली.

गेल्या सहा महिन्यांत बरेचदा घरी येऊन गेले. आले की, जेवणासाठीच थांबायचे आणि मग मी केलेल्या पदार्थांची वाखाणणी. अपराधी मुद्रेनं मी अनिरुद्धांकडे बघायची. केव्हा हा माणूस इथून जातोय असं व्हायचं.

परवा मात्र कहरच झाला. घरी आले ते जेवणासाठीच. जेवण झाल्यावर त्यांचं सतारीकडे लक्ष गेलं. 'अरे वा मिसेस परांजपे, सतार वाजवता तुम्ही? मग होऊन जाऊ दे सतारीची मैफल!' मी निग्रहानं नकार दिला आणि देतच राहिले, पण यांचा आग्रह चालूच. माझी सतार फक्त माझ्या अनिरुद्धांसाठीच होती. हताशपणे अनिरुद्धांकडे पाहिलं. नजरेनंच होकार दिला त्यांनी!

रागानं, संतापानं बेहोश होऊन वाजवत होते. वाजवणं संपलं तरी देशपांडेसाहेबांचं वा! वा! किती तरी वेळ चाललं होतं. अनिरुद्ध मात्र शांत होते. त्यांच्या चेहऱ्यावर मंद स्मित होतं, त्यांच्या शांत मुद्रेला साजेसं! देशपांडेसाहेब गेले आणि अनिरुद्धांच्या खांद्यावर डोकं टेकवून अश्रूंना वाट करून दिली. त्यांच्या हळुवार थोपटण्यातला दिलासा हवासा वाटत होता.

दुसऱ्या दिवशी ऑफिसमध्ये यावंसंच वाटत नव्हतं. तरीही आले. आल्या आल्याच देशपांडे साहेबांनी केबिनमध्ये बोलावलं. मस्तकात संतापाची तिडीक उठली. टेबलावर हात ठेवून मी बसले होते. त्या हातावर एकदम हात ठेवत ते उद्‍गारले, 'सविता, किती लांबसडक सुंदर बोटं आहेत तुझी! सतार किती छान वाजवतेस तू!' एक क्षणभर संतापाची लाट पायापासून मस्तकापर्यंत गेली, काहीतरी मिळवण्याचा हव्यास असलेली त्यांची लंपट नजर! किळस आली त्यांची.

वीणा, खरंच सांगते, अनिरुद्धांच्या नजरेकडे पाहिलं की, देवघरात मंदपणे जळणाऱ्या समईच्या ज्योतीची आठवण येते. शांत! पवित्र! खूप मोठ्या परिसराला उजेड देऊ शकत नाही समई; पण देवघर मात्र उजळून निघतं! देवालाही समईचाच उजेड आवडतो. माझे अनिरुद्धही तसेच आहेत. त्यांच्या सहवासात मी निःशंकपणे सुखी आहे. काहीतरी प्राप्त करण्याच्या हेतूनं केलेला देशपांड्यांचा तो दांभिक खोटा शब्दांचा डोलारा आणि अनिरुद्धांची अबोल प्रीत!

मी राजीनामा दिला तेव्हा अनिरुद्धांनी विचारलं देखील नाही. रात्री राजीनाम्याची प्रत हातात दिली तेव्हा त्यांच्या नजरेत उमटलेलं कौतुक! त्यांची नजर जणू म्हणत होती 'सवि, तू हुशार आहेस, आपल्या सुखी संसाराला गालबोट लागू नये याची

तू काळजी घेतलीस.' त्यांची नजर बघून माझ्या ओठावर हलके हलके गीत येत होतं,

शब्दांवाचून कळले सारे
शब्दांच्या पलीकडले

- सविता

कागद वाचून मी बाजूला ठेवले. सविताच्या हळुवार मनाची कहाणी वाचून मन तरल झालं होतं. मनात विचार आला शेवटी गरज आणि दृष्टिकोन यावरच निर्णय अवलंबून असतात. सविताला गरज नव्हती म्हणून तिच्या हळुवार मनानं हे सारं सहन केलं नाही. माझ्या सारखी गरज असणारी तरुणी हे सारं सहन करूनही खंबीरपणे उभी राहिली असती. शेवटी काय प्रत्येक गोष्टीकडे बघण्याची नजर! स्वत:शीच हसत, मनातल्या मनात पुटपुटत मी झोपण्यासाठी बिछान्याकडे वळले.

◆

(गृहलक्ष्मी मासिक १९८५)

कॉस्च्युम डिझायनर

सकाळी सकाळी विशाखाताईंचा फोन आला तेव्हा साडेनऊ झाले होते. त्या उत्साहाने सांगू लागल्या, "वहिनी, सुजाने ज्या सिनेमासाठी कॉस्च्युम डिझायनर म्हणून काम केलंय तो सिनेमा आज गोपी मॉलला रिलीज होतोय. मी पासेस आणले आहेत, तुला तिनं आग्रहाचं आमंत्रण केलं आहे. ती कामासाठी बाहेर गेलीय; त्यामुळे तिला नाही येता येणार. चित्रपटसृष्टीतील बरीच मंडळी येणार आहेत म्हणे पहिल्या शो ला!"

"हो का!" एक्साइट होत मी म्हटलं, "अहो, काल का नाही केलात फोन? आता कसं जमतंय बघते."

"अगं, इतकी कसली कामं, साडेबाराचा शो आहे, येत असशील तर तुमच्या कॉम्प्लेक्सवरूनच घेते रिक्षा."

"तसं नाही हो, माझे दोन प्रॉब्लेम आहेत- एक म्हणजे आज नवरात्रीतली अष्टमी; त्यामुळे गुरुजी येणार आहेत सप्तशतीचा पाठ वाचायला. त्यांना अकरापर्यंत बोलावलंय. पाठ दोन तास चालतो आणि दुसरं म्हणजे आमच्या कॉम्प्लेक्समध्ये दुपारी साडेतीन वाजता नवरात्रीनिमित्त 'नऊवारी साडी' स्पर्धा आहे, मी भाग तर घेतला आहेच; पण सगळ्या कार्यक्रमाचं नियोजनही माझ्याकडे आहे."

"पाठाला तो 'शेंडीवाला' श्री गुरुजी येणार ना? तो ताईच्या नणंदेचा मुलगा. काय काम असतं गं त्याला! रिकामाच तर असतो. लगेच फोन करून लवकर यायला सांग."

विशाखाताईंच्या सूचना चालल्या होत्या. गुरुजींबद्दल केलेलं हे वक्तव्य मला अजिबात आवडलं नाही. हे गुरुजी त्यांच्याकडे जायला नाखूश असायचे म्हणून वैयक्तिक आकसापोटी हे ताशेरे!

"आणि नऊवारी साडीचंच म्हणशील तर तू साडी नेसूनच निघ. आपण अगदी वेळेवर पोहोचू म्हणजे पटकन थिएटरमध्ये गेलं की, कुणी बघणार नाही आणि

सोसायटीतील मैत्रिणींना फोन करून, तू साडेतीनपर्यंत येतेस म्हणून कळवून टाक. पण तू ये गं.''

त्यांनी त्यांच्याकडून माझे सगळे प्रॉब्लेम्स सोडवले होते. आता इतकं आग्रहाचं आमंत्रण, नाही कसं म्हणणार? शिवाय डोळ्यांसमोर चित्रपटातील मान्यवर मंडळींचे चेहरे येत होते; त्यामुळे वाटेल ती अडचण आली तरी जायचंच, हे नक्कीच ठरवलं होतं. आता हातातली कामं टाकून मला हे सगळे फोन करायला हवे होते. पहिला फोन गुरुजींना लावला. त्यांनी लवकर यायला लगेचच हो म्हटलं. मला खूप विशेष वाटलं. एवढा डिप्लोमा इंजिनिअर, पण मध्यंतरी कंपनीत प्रॉब्लेम झाला. नोकरी गेली, घाबरला नाही; सरळ पौरोहित्याचे शिक्षण घेतले आणि भिक्षुकी चालू केली. आमच्या सगळ्यांचाच तो 'हक्काचा गुरुजी' होता. नंतर 'मुन्नी'ला फोन लावला. ही 'मुन्नी' म्हणजे आमची 'डोअर-स्टेप ब्यूटीपार्लर'वाली. आमच्याकडे फुलके करणाऱ्या भाभींची मुलगी. लग्नानंतर हा व्यवसाय सुरू केला. घरी येऊन ब्यूटीपार्लरची सर्व सेवा देणारी. फेशियल, हेअर मसाज, मेहंदी- काय पाहिजे ते 'ॲट युवर डोअरस्टेप!!' आता ती एवढी तंदुरुस्त, तिचा 'आकार'ही भला मोठा तरीही तिचं नाव मुन्नी का? मला आजपर्यंत न उलगडलेलं कोडं! आमच्या घरात अगदी घरच्यासारखी वावरते. तिला तेरा प्रकारच्या साड्या नेसवता येतात, म्हणून नऊवारी साडी नेसवायला तिलाच बोलावलं होतं. आता तिच्याशी बोलायचं म्हणजे तिच्या टिपेतल्या आवाजातल्या प्रश्नांना उत्तरं द्यायची, तरी लावला फोन.

''मुन्नी, जरा दुसरा काम निकल आया है। तू तीन बजेके बदले बारा बजे आयेगी क्या?''

''हाँ चलेगा।'' तिनं असं म्हटलं आणि माझा जीव भांड्यात पडला. मनात एक विचार तरळला- तिथे 'फर्स्ट शो'ला सगळी मोठमोठी मंडळी येणार आणि मी काय हे ध्यानासारखं नऊवारी नेसून जायचं! पण काही इलाजच नव्हता. कॉम्प्लेक्समधल्या कार्यक्रमाचं नियोजन, संकल्पना माझीच होती; त्यामुळे गुगली देणं शक्यच नव्हतं, मग सोसायटीच्या मैत्रिणींनाही लगेचच निरोप देऊन टाकला. सगळी 'फिल्डिंग' बरोबर लागली. मग विशाखाताईंना फोन करून मी येत असल्याचं सांगितलं.

केशरी रंगाच्या साडीला हिरव्या रंगाचे काठ आणि हिरवं ब्लाउज. मुन्नीनं झकास नेसवली साडी. वर केसांचा खोपा.

''आँटी, बहोत अच्छी लग रही हो आप!'' मुन्नीने तिच्या टिपेतल्या आवाजात कॉमेंट दिली.

''कुछ भी!'' असं म्हणतेय तेवढ्यात विशाखाताईंचा फोन, ''खाली उतर, पाच मिनिटांत येतेय कॉम्प्लेक्सपाशी.'' त्यांच्या ऑर्डर्स एकदम खणखणीत आवाजात असतात. साडीमुळे सॉलिड कॉन्शस व्हायला झालं होतं. मी पटपट नऊवारीवर

घालायचे दागिने - ठुशी, मोहनमाळ, नथ, खोप्यावर लावायचं फूल - सगळं पर्समध्ये घातलं, आम्ही दोघी खाली उतरलो तर समोरच रिक्षा उभी होती. स्वत:च्या पायावर धोंडा पाडून घ्यायच्या नेहमीच्या सवयीप्रमाणे मुन्नीला म्हटलं, ''तू पण वेस्टला राहतेस ना; मग चल गोपी मॉलपर्यंत.''

विशाखाताईंच्या चेहऱ्यावर उमटलेली नाराजी मी टिपली. मग अगडबंब देहाची मुन्नी, मी, विशाखाताई आणि त्यांची छोटी नात 'ननू'- सुजाची मुलगी - अशी आमची वरात वेस्टला गोपी मॉलला निघाली. खूपच वेळेवर निघालो होतो, सिनेमा चालू होऊन जातो की काय याचं दडपण आलं होतं. 'श्रेयनामावली' बघायची होती ना; त्यामुळे रिक्षावाल्याच्या पाठीमागे दर पाच मिनिटांनी, 'भय्या, जरा जोरात चालव रे' अशी भुणभुण चालूच होती. 'भय्याच' तो; त्यामुळे तो त्याच्याच पद्धतीने चालवत होता. वर त्याच्या खास 'भय्या' भाषेत डोंबिवलीच्या खड्ड्यांवर प्रवचन देत होता. 'काहे को पनिक (पॅनिक, बाप रे! डोंबिवलीतला भय्या चक्क इंग्रजी बोलत होता.) होत माँजी? इह खड्डांसे कैसी चलाउ रिकसा, शिणेमाकी जरासी शुरुआत ना देखी तो चलत है, पर इह जानसे काहे को खेलना?...' आम्हाला 'भीक नको पण कुत्रा आवर' या म्हणीच्या चालीवर 'हळू चालव पण प्रवचन नको' असं झालं होतं. एकदाचा आला गोपी मॉल. विशाखाताई ननूला घेऊन वरच्या मजल्यावर पळत निघाल्या. मीही माझी नऊवारी सांभाळत त्यांच्या मागे धावले. तिकीट काउंटरला पास जमा करून तिकिटं घ्यायची होती. आम्हा पूर्वेकडील मंडळींचं पश्चिमेकडे येणं होत नाही; त्यामुळे गोपी मॉल होऊन बरेच दिवस झाले होते, पण बघायचा योग मात्र आज आला होता. थिएटरचा दरवाजा कुठे आहे समजतच नव्हतं. तिथल्या सिक्युरिटीने आम्हाला रस्ता दाखवला. आम्ही तिघीही धावतच लिफ्टमध्ये शिरलो. एन्ट्री गेटजवळ आलो. गेटवरच्या माणसाला विचारले,

''सुरू झाला का?''

''हाँ, अभी शुरू हुआ है।''

एक जांभई देत तो म्हणाला. तोही बहुतेक भय्याच असावा.

तिघीही लगबगीने पायऱ्या चढत होतो. तेवढ्यात समोर स्क्रीनवर नाव झळकलं- 'वेषभूषा - सुजा सामंत.' विशाखाताई भान विसरून जरा मोठ्या आवाजात बोलल्या, ''वहिनी, ते बघ सुजाच नाव!'' आम्ही अंधारात ते पडद्यावरचं नाव वाचलं आणि 'याचसाठी केला होता अट्टाहास'चा सूर मनात आळवत धप्पदिशी मिळेल त्या खुर्चीवर जाऊन आदळलो. आता पुढच्या श्रेयनामावलीशी आमचं तसं काही देणं-घेणं नव्हतं. सकाळची फोनाफोनी आणि धावपळ यामुळे दमायला झालं होतं. मग आम्ही आमच्या पर्समध्ये जे काय काय खायला आणलं होतं त्याचा समाचार घ्यायला सुरुवात केली. वेफर्स, बटाटा कचोरी. आता आमची पिकनिक

सुरू झाली आणि ननूची पण. तिच्या तोंडात एक भले मोठे चॉकलेट देऊन तिचे तोंड बंद केले आणि आम्ही मस्त खाण्याचा सपाटा लावला होता. अधूनमधून सिनेमासुद्धा बघत होतो. आता अंधाराला डोळे सरावले. आजूबाजूच्या बऱ्याच खुर्च्या रिकाम्याच दिसत होत्या. सगळी मान्यवर मंडळी बहुतेक पुढे बसली असतील. विशाखाताईंचा क्लास चुडीदार आणि माझी नऊवारी, बाप रे! मनातल्या विचारांना बाजूला सारून थोडं सिनेमावर लक्ष केंद्रित केलं. सिनेमा 'लो बजेट' दिसत होता. 'कॉस्च्युम डिझाइन' नावाची गोष्ट काय होती समजतच नव्हती. सिनेमाची हिरॉइन सबंध सिनेमाभर सुजाच्याच दोन साड्या नेसून वावरताना दिसत होती.

"विशाखाताई, या सुजाच्याच साड्या दिसताहेत." मी त्यांच्या कानात कुजबुजले.

"बहुतेक, तू बघ गं शांतपणे सिनेमा." त्यांना जरा फणकारा आल्यासारखा वाटला. बरीचशी खादाडी करत, चुळबुळ करत, ननूने बडबड केली की, तिच्या तोंडात चॉकलेट कोंबत, एकदाचा सिनेमा संपला. थिएटरमध्ये लाइट लागले आणि काय आश्चर्य! थिएटरमध्ये इनमीन 'साडेचार' व्यक्ती दिसल्या! मी, विशाखाताई, ननू (अर्धी), खूप अंतरावर पुढे सिनेमाची हिरॉइन आणि तिची आई. आम्ही दोघी तिला भेटायला गेलो, ती विशाखाताईंशी छान बोलली, पण माझ्या अवताराकडे मात्र विचित्र नजरेने बघत होती, एखाद्या झुरळाकडे बघावं तशी. मला उगीचच माझ्या वॉर्डरोबमधले डिझाइनर चुडीदार आठवत होते.

"छान झालंय तुमचं काम!" असं म्हणत मी तिच्याशी हात मिळवायला गेले पण तिनं शेकहॅन्ड केलाच नाही. जाऊ दे गेली उडत, कुठं मोठी हिरॉइन वाया चाललीय. थिएटर रिकामं पडलंय, तरी एवढा शिष्टपणा! मनात संवाद चालू होते.

बाहेर पडलो तर माझ्या नऊवारी साडीचा पार बोजवारा उडाला होता. सकाळपासूनची धावपळ आणि ते नऊवारीचं बुजगावणं. आता मात्र डोळ्यांत पाणी यायला लागलं होतं. इकडून, तिकडून सुटायला लागलेल्या साडीला आवरणं मुश्कील झालं होतं.

"थांब वहिनी, मी तुला सगळीकडून नीट पिना लावून देते." विशाखाताई म्हणाल्या. मग आम्ही कॉरिडॉरमधल्या एकांत असलेल्या भागात सटकलो. विशाखाताईंनी सगळीकडे टकाटक सेफ्टी पिना लावल्या. आम्ही अवघडलेल्या अवस्थेत बिल्डिंगमध्ये पोहोचलो. मी रिक्षातून उतरताच सगळ्या बायकांनी मला गराडा घातला, "अगं होतीस कुठे, तुझीच थीम आणि तूच गायब? काय हे तुझं नाव तीनदा पुकारून झालंय. जा लवकर स्टेजवर." पर्समधले सगळे दागिने पटपट अडकवले आणि मी स्टेजवर पोहोचले. दहा मिनिटे तिथं काय गोंधळ घातला माहीत नाही पण परफॉर्मन्स संपवून स्टेजवरून खाली आले आणि मैत्रिणींना म्हटलं, 'अगदी पंधरा मिनिटांत घरी जाऊन येते.' घरी आले. इथे-तिथे टोचलेल्या सेफ्टी पिना काढल्या. फराफरा साडी काढून फेकली. छान अंघोळ केली, डोक्यावरचा तो घट्ट खोपा

सोडला. हलकासा मेक-अप केला. माझा आवडता 'लक्की' पांढरा आणि बेबी पिंक कॉम्बिनेशनचा चुडीदार घातला, केसांना दोन नाजूक हेअरक्लिप्स लावून ते मोकळे सोडले, छानसा रॉयलचा परफ्यूम उडवला. गरम चहा घेऊन खाली उतरले. दीडशे स्पर्धक होते. स्पर्धा संपायला आली होती. निकाल यायला निदान एक तास लागणार होता. मग बिल्डिंगचा भोंडला झाला. मी शांतपणे खुर्चीवर बसले होते. मान्यवरांच्या हातात निकाल आला होता. रोटरीच्या इनरव्हील क्लबच्या अध्यक्षा राधिका सप्रे यांच्या हस्ते पुरस्कार दिला जाणार होता. उत्कंठा वाढवत वाढवत त्यांनी पुरस्कार जाहीर केले, 'आजचा हा प्रथम पुरस्कार जाहीर होतोय- सौ...' बाप रे! माझं नाव ऐकलं आणि आश्चर्याचा जबरदस्त धक्काच बसला मला! मान्यवर बोलत होत्या. "...यांच्या नऊवारी साडीचं प्रेझेन्टेशन म्हणजे जुन्या आणि नव्या काळाचा संगम. त्यांची साडी, दागिने, केसांची स्टाइल ही जुन्या पद्धतीची होती; पण त्यांचा स्टेजवरचा वॉक! तो मात्र नवीन काळातला, प्रत्येक पावलागणिक बदलणारे चेहऱ्यावरचे हावभाव!"

मी जोरात डोक्याला हात लावला. मनात म्हटलं, कप्पाळ माझं! अहो मॅडम, पायाजवळ लावलेल्या चारही सेफ्टी पिना उघडल्या होत्या आणि प्रत्येक पावलागणिक पोटरीला टोचत होत्या; त्यामुळे वेडीवाकडी पडणारी पावलं, प्रत्येक वेळी पिन टोचल्यामुळे होणाऱ्या वेदना आणि त्यामुळे चेहऱ्यावरचे बदलणारे भाव! शतश: धन्यवाद गं तुमच्या परीक्षणाला आणि तुमच्या नव्या-जुन्याच्या फ्युजनला!

पण तरीही नऊवारी नेसून सहजपणे काम करणाऱ्या सासूबाई, एखादी तरुण मुलगी जीन घालून जितक्या सहजतेने वावरेल तितक्या सहजतेने वावरणाऱ्या आतेसासूबाई अन् नऊवारी साडी नेसून घोड्यावर बसून, हातात ढाल-तलवार घेऊन लढाई करणारी झाशीची राणी! आणि लाल जरीकाठी सोनेरी बुंदक्यांचं नऊवारी नेसून दहाही हातांत शस्त्रे घेऊन, वाघावर बसून जगाचं रक्षण करणारी ती अंबामाता-आदिमाता!! सगळ्यांची आठवण झाली आणि मी त्यांना मनोमन वंदन केलं.

◆

(मी मराठी डॉट नेट व मायबोली डॉट कॉमवर प्रसिद्ध)

खरेदी

घड्याळात बघितलं तर चार वाजले होते. अनिरुद्धची निघायची वेळ झाली होती. हे त्याला सोडायला विमानतळावर जाणार होते. आज भाऊबीज म्हणून सकाळी सगळे आत्याकडे, यांच्या धाकट्या बहिणीकडे जेवायला गेलो होतो. त्यापूर्वीच मी अनिरुद्धसाठी सगळं फराळाचं, त्याच्यासाठी आणलेल्या वस्तूंचं पॅकिंग करून ठेवलं होतं. तो बंगलोरला रात्री नऊ वाजता पोहोचेल म्हणून त्याचा जेवणाचा डबाही भरून ठेवला होता. जावयासोबत द्यायच्या सगळ्या गोष्टी व्यवस्थित पॅक करून तयार केल्याचं समाधान मनात उमटलं. सायलीला म्हटलं, ‘‘तू जाणार का गं विमानतळावर?’’

तर म्हणाली, ‘‘मला ना थोडीशी खरेदी करायची आहे. अनिरुद्ध, मी नाही आले तर चालेल ना तुला?’’

‘‘येस मॅडम, तुम्ही खरेदी एन्जॉय करा, आम्ही जातो बिचारे एकटेच!’’ असं म्हणत ते दोघंही निघाले. अनिरुद्ध बंगलोरला एमडीएस करत होता, सायलीनं बीडीएस झाल्यावर बंगलोरमध्येच एक पोस्ट ग्रॅज्युएट अ‍ॅडव्हान्स कोर्स करून नाशिकला, तिच्या सासरच्या ठिकाणी स्वतःचं ‘क्लिनिक’ नुकतंच सुरू केलं होतं.

सायलीला म्हटलं, ‘‘काय खरेदी करायची गं तुला?’’ तर म्हणाली, ‘‘काही नाही गं मम्मा, नाइट ड्रेसच्या खालची एक पॅन्ट घ्यायचीय फक्त’’ तिनं असं लाडात येऊन आईऐवजी ‘मम्मा’ अशी हाक मारली की, माझ्या काळजाचा ठोकाच चुकतो. संभाव्य धोक्याच्या घंटा वाजायला लागतात. मी परत एकदा विचारलं, ‘‘नक्की पॅन्टच घ्यायचीय ना?’’

‘‘हो गं मम्मा!’’

मागचे अनेक अनुभव गाठीशी होतेच; ते आठवून मी म्हटलं, ‘‘सायली, आज भाऊबीज आणि पाडवा दोन्हीही आहे, वेळेत घरी येऊ ना आपण? नाहीतर असं करू या आताच पणत्यांमध्ये छोट्या मेणबत्त्या लावून ठेवू, त्या बऱ्याच वेळ

जळतात. तेलाच्या पणत्या आल्यावर लावू. आकाशकंदील तर आत्ताच लावून जाऊ या.''

''ए आई, प्लीज बोअर नको ना करू, येऊ आपण लवकरच; फार खरेदी नाही करायची मला.''

''सायली, आपण असं करू परत एक गरम चहा घेऊ या. तू झोपाळ्यावर गाणी ऐकत बस, मी अर्ध्या तासात पुलाव आणि सूप करते, मग निघू या.''

त्याला मात्र तिनं होकार दिला आणि पाऊण तासात आम्ही बाहेर पडलो.

''काय गं कारनं जायचं का?''

''कारनं? मग पुढच्या दिवाळीच्या भाऊबीजेपर्यंत येऊ घरी!'' डोंबिवलीचे रस्ते आणि ट्रॅफिक यावर तिनं एक पीजे मारला. मग आम्ही स्कूटी काढली.

नाइट ड्रेसची एक पॅन्ट आणि थोडंसं प्रोव्हिजनचं सामान, प्लॅस्टिक बॅग्ज, रॅपिंग फॉइल आणि सायलीच्या सासरी द्यायचे फराळाचे बॉक्स, एवढेच घ्यायचे होते म्हणजे साडेसहा वाजेपर्यंत नक्की परत येऊ असे वाटले. थोडीशीच खरेदी करायची असं सायली म्हणाली तरी मी क्रेडिट कार्ड, जास्तीची कॅश आणि मोठी बॅग कम झोळी बरोबर घेतलीच.

मानपाडा रोडवरची काही दुकानं म्हणजे धोक्याचे कंदील! त्या दुकानांमध्ये सायली तासन्तास रमणार, म्हणून तो रोड टाळण्यासाठी मी तिला म्हटलं, ''आपण टिळकनगरमधून फडके रोडवर जाऊ या का?''

''नको गं, जाऊ या ना मानपाडा रोडवरून.'' ती उत्तरली.

त्या धोक्याच्या ठिकाणी आम्ही आलोच!! सायलीनं स्कूटी थांबवली, मी तिला म्हटलं,

''अगं इथून लवकर काढ स्कूटी, नुसती गर्दी.''

''आई, कॉटन कॉटेजमध्ये जाऊ या का? एखादा टॉप बघते.'' मी मनातल्या मनात अस्वस्थ होत, वरवर मात्र तोंडभरून म्हटलं, ''हो, जाऊ या.'' काय करता माहेरवाशीण ना! स्कूटी पार्क करून आम्ही दुकानात शिरलो. लवकर निघालो होतो; त्यामुळे दुकानात गर्दी नव्हती. सायलीला बघून शो-रूममधल्या मुलींच्या चेहऱ्यावर हसू उमटलं. भरपूर खरेदी करणारे कस्टमर आम्ही! मग टॉप बघायला सुरुवात झाली. बघता बघता अर्धा तास झाला. कधी 'नी लेन्थ'चा, कधी 'लॉंग' कधी 'शॉर्ट'; तिचं न कंटाळता दाखवणं आणि सायलीचं न कंटाळता बघणं चालू होतं. दहा-पंधरा टॉप सायलीच्या हातात जमा झाले होते. प्रत्येक टॉप ती समोरून लावून शो-रूमच्या आरशात बघत होती. एकदा इकडे मान तिरपी करायची, एकदा तिकडे, मग माझ्याकडे बघून भुवया वर करायची, कसा आहे गं? या अर्थानं. मग मी पण माझ्या भुवया उंचावून, दोन्ही बाजूला मान डोलावून तिला 'छान'ची पावती देत होते.

तिच्या खांद्यावर जमा झालेले टॉप बघून मला तर धडकीच भरली होती. सावधगिरीचा इशारा द्यायचा म्हणून मी तिला म्हटलं, ''सायली तुझ्याजवळ असणारे रंग सोडून दुसरे बघ.'' आता यासाठी तिला सगळे टॉप सोडून बाहेर यावं लागणार होतं किंवा ब्रह्मदेवाला नवीन रंगांच्या निर्मितीच्या कामाला लागावं लागणार होतं. माझ्या असल्या निरर्थक संवादाकडे ती कधीच लक्ष देत नाही.

जेवल्या जेवल्या लगेच निघाल्यामुळे, दुपारची पुरणपोळी अंगावर आली होती, मला झोप अनावर होत होती. मी त्या शो-रूमच्या मुलीला म्हटलं, ''एखादं स्टुल देतेस का बसायला?'' तिनं मला खुर्चीच दिली आणि म्हणाली, ''तुम्ही काउंटरच्या आतल्या बाजूला आरामात बसा.'' मनात म्हटलं, तुझा सेल होतोय ना मग तू सांगशीलच आरामात बसायला. जांभया आवरत मी खुर्चीवर बसले. इकडे सायलीचा टॉप बघण्याचा सपाटा चाललाच होता. आता तर तिच्या खांद्यावर आणखी टॉप जमा झाले होते, तेवढे सगळे ती ट्रायल रूममध्ये ट्राय करणार होती. परत आरशात मान तिरपी!!! दुकानात हळूहळू गर्दी वाढायला लागली होती. निर्विकारपणे मी त्या गर्दीकडे बघत बसले होते. अचानक नऊ-दहा लोकांचा लोंढा दुकानात शिरला. काही बायका, काही पुरुष. बायकांनी नाकात दोन्ही बाजूंनी चमक्या घातल्या होत्या. दिवाळीमुळे तिथल्या बऱ्याच मुली रजेवर गेल्यासारख्या दिसत होत्या. त्या मुलीनं आतून टेलर मास्टरला बोलावले, तो या लोकांना काय पाहिजे ते दाखवत होता. कुणी चुडीदार दाखवा म्हणायचे, कुणी टॉप दाखवायला सांगत होते, तर मध्येच कुणी जेन्ट्सच्या शर्टबद्दल विचारत होते. 'मास्टर'ची धावपळ होत होती. नुसता गोंधळ चालला होता. मी सगळा गोंधळ बघत बसले होते. तेवढ्यात माझं तिच्याकडे लक्ष गेलं. कडेवर मूल घेतलेल्या एका बाईने टॉपच्या रॅकमधले दोन टॉप मूल ज्या बाजूने कडेवर घेतले होते त्या बाजूने ओच्यात लपवले, मला राहवलं नाही, मी मास्टरला खूण करून टॉप लपवल्याचे सांगितले. तो तरातरा तिच्याजवळ गेला. एक कानाखाली काढत ओरडला, ''बच्चेको नीचे रखो।'' असं म्हणत त्यानं तिच्या ओच्यातले टॉप हिसकावले आणि मग त्या मंडळींनी बाहेर धूम ठोकली. मास्टर आणि ती मुलगी दोघंही माझे आभार मानत होते. या सगळ्या गडबडीत सायलीनं एकदाचे पाच टॉप सिलेक्ट केले. मी हुश्श केलं; क्रेडिट कार्डने पेमेंट करून आम्ही बाहेर पडलो.

मध्ये लिबर्टीचं शो-रूम लागलं. सायली म्हणाली, ''आई, चपला बघू या का?'' तिथंही बरीच चिकित्सा करत चपलांचे दोन जोड खरेदी करून झाले. 'कलर्स'च्या शो-रूममध्ये गेल्यावर आरशात बघून मान तिरपी करत तिनं दोन नाइट ड्रेस घेतले. जवळच्याच दुकानामधून मी बरचंसं प्रोव्हिजन सामान घेतलं, त्याची पण एक मोठी बॅग झाली. मला वाटलं, आता 'बॅक टू पॅव्हेलियन' पण बाहेर पडल्यावर

ती म्हणाली, "आई, प्लीज या टॉपवर लेगिन्स बघू या का? नाही तर काही उपयोग नाही, मला हे टॉप घालता येणार नाहीत." नाही काय म्हणतेय. नाइलाजानं मान डोलवत मी तिला म्हटलं, "अगं, त्या समोरच्या गुजराथी भाभी आहेत ना त्यांची केळकर रोडवर 'रेलीश' नावाची मोठी शो-रूम आहे, तिथे बघू या." मग आमचा मोर्चा आम्ही केळकर रोडकडे वळवला, 'रेलीश'मध्ये गुजराथी स्टाइलचे खाली चमकदार लेस लावलेले लेगिन्स होते, सायलीला ते पसंत पडलेच नाहीत. स्कूटी एका आतल्या लेनमध्ये पार्क करून, काही बॅगा डिकीत, काही हातात घेऊन आम्ही लेगिन्स शोधायला पायीच निघालो. केळकर रोडवर सगळ्या शो-रूममध्ये विचारून झालं. ब्लॅक आणि व्हाइट याशिवाय नव्हत्याच. पायाचे तुकडे पडायला आले होते, शेवटी तीही म्हणाली, "जाऊ दे आई, नंतर बघू." अगदी शेवटचा प्रयत्न म्हणून बाजूच्याच 'चुडीदार' नावाच्या दुकानात विचारावं म्हणून आम्ही दोघींनीही आत शिरतच विचारलं, "लेगिन्स मिलेंगे?"

"आओ अंदर" आणि त्यानं आमच्या समोर छोटे छोटे कापडांचे विविध तुकडे चिकटवलेला पुट्ठा टाकला. "इसमेंसे कौनसा कलर चाहिये?" एवढ्या सगळ्या व्हरायटी? मी त्याला म्हटलं, "इतना बडा शो-रूम है, बाहर बोर्ड लगाओ ना, यहाँ मॅचिंग लेगिन्स मिलेगा बोलके." दुकानाच्या स्तुतीने तो खूश झाला आणि त्यानं नोकराला सांगितले, "अरे भाई इनको जरा जल्दी दिखाओ." पण तो नोकर त्याच्या खास थंड स्टाइलने मॅचिंग दाखवत होता. मला तर आता अजिबात धीर धरवत नव्हता. सायली त्याला विनंती करत होती, "भय्या प्लीज, एक कलरमें तीन-चार शेड दिखाओ ना प्लीज. समोरच्या 'श्री दर्शनी'मधून मॅचिंग दुपट्टे घेऊ या गं." अगदी दहा मिनिटांतच, घड्याळाचा काटा सव्वाआठ दाखवत होता.

तिथून बाहेर पडलं की एक घातकी दुकान आहे 'महालक्ष्मी इमिटेशन ज्वेलरी'. सायलीच्या सासूबाईंनी तिला सगळा डायमंडचा सेट केलाय; मंगळसूत्र, कानातले, अंगठी, शिवाय सोन्याचे वेगवेगळे सेट्स आहेतच. पण हे शॉप बघितलं की, आपोआप तिची पावलं त्या दुकानाकडे वळतात.

"अगं आई, एकही क्लीप धड नाहीये केसांना लावायला आणि थोड्या ॲक्सेसरीज." घरात इतस्तत: पसरलेल्या क्लिपा डोळ्यांसमोर आल्या. छोट्या छोट्या इमिटेशन खड्यांच्या कानातल्यांनी तर मोठ्ठा बॉक्स भरलाय, तो उघडला की मला तर चक्करच यायला लागते. एकदा माझ्या आईनं तिला विचारलं होतं, "काय गं सायली, या एवढ्या कानातल्यांमधून तू बरोबर दोन्हीही जोडीचे कसे शोधतेस गं?"

"आजी तीच तर गंमत आहे ना!" असं म्हणून ती हसत होती. मला नेहमी वाटायचं, दवाखान्यात पेशंटची ट्रीटमेंट करताना तिचा हात इतका कुशलतेनं

चालायचा की सगळ्यांना तिच्याबद्दल आदर वाटायचा, पण या डोंबिवलीच्या मार्केटमध्ये फिरताना तिची शोधक भिरभिरणारी नजर बघितलं की वाटतं, छे ही कसली डॉक्टर! ही तर आत्ताच कॉलेजमधून पास झालेली एन्जॉय करणारी कॉलेज गर्ल दिसतेय. मला तिचं नेहमी आश्चर्य वाटतं. सासरी कशी छान शिस्तीत राहते. डायनिंग टेबलवर बसलं की सगळ्यांना हवं नको बघते; पण इकडे आली की कशातच लक्ष नसतं, नुसता वेंधळेपणा चालू असतो.

"आई, बघ गं हे कानातले कसे वाटतात?" विचारात हरवलेल्या मला तिनं भानावर आणलं आणि मग एकदा एका पायावर, एकदा दुसऱ्या पायावर वजन टाकत एकदाची क्लिपांची आणि कानातल्यांची खरेदी संपली.

माझं डोकं गरगरायला लागलं होतं. अंधारात बुडालेलं घर दिसत होतं. स्कूटी थोडी लांब पार्क केली होती, आम्ही भरभर चालत तिथं आलो. मला अचानक आठवण झाली, "अगं सायली, पॅकिंगचे बॉक्स, बॅग्ज आणि रॅपर फॉइल्स राहिल्या गं!" मी परत भरभर पाठीमागे जाऊन त्या वस्तू खरेदी केल्या. स्कूटीच्या डिकीत, खालच्या हुकच्या आजूबाजूला, समोरच्या स्टँडमध्ये अशा बऱ्याच शॉपिंग बॅग्ज लटकवल्या होत्या, सायली दोन पाय आजूबाजूला टाकून स्कूटी स्टार्ट करण्याच्या पोझिशनमध्ये- मी आता किक मारून मागच्या सीटवर बसणार तेवढ्यात पाठीमागून हाक आली, "जोशी वहिनी, किती दिवसांनी?" यांचे पूर्वाश्रमीचे ट्रेन फ्रेंड, दीक्षित आणि त्यांच्या सौभाग्यवती! त्यांची मुलगी सुखदा सायलीच्या वर्गात शाळेत असताना ऑफिसला जायच्या अगोदर मुलींना सोडवायला बसस्टॉपवर यायचो; त्यामुळे आमची दोघींचीही ओळख. त्यांना बघितलं आणि पोटात गोळाच उठला. भाऊबीजेला सकाळी केलेल्या स्वयंपाकातलं उरलंसुरलं खाऊन बडीशेप चघळत फेरफटका मारायला निघाल्यासारखे दिसत होते. आता 'अस्मादिक पुराण' ऐकावं लागणार.

"काय म्हणतेस सायली?" दोन्ही बाजूंच्या बॅग्जचा तोल सांभाळत थोडासा आंबट चेहरा करत सायली म्हणाली, "मज्जेत!" दीक्षित वहिनींच्या नजरेतून तिचा आंबट चेहरा सुटला नाही.

"काय गं बरं वाटत नाही का?" परत त्यांचा प्रश्न.

"नाही हो. सुखदा कशी आहे?"

"सुखदा ना एकदम छान! आत्ताच तिला जुळं झालं. मस्त गोरे गोरे, निळ्या डोळ्यांचे, अगदी युरोपियन!!" आता ही सुखदा मुळात गव्हाळ वर्णाची मग हिची मुलं युरोपियन कशी? माझ्या मनातली शंका? "जावई कुठे असतात?"

"युकेमध्ये"

"व्वा व्वा!!" हातातल्या पिशव्या सांभाळत चुळबुळ करत मी उत्तरले.

“मस्त चाललंय तिचं, तिकडेच सेटल झालीय ती, सुशांत एम.एस. करतोय अमेरिकेत. माझी टेलिफोन्समधली नोकरी चालू आहे अजून; त्यामुळे मी डोंबिवलीत, यांनी बिझनेस सुरू केलाय. नाशिकला असतात. १० खोल्यांचा बंगला बांधलाय तिथे. या की बघायला. बाप रे! चार माणसं चार दिशांना!! आणि पहिल्या खोलीत असणाऱ्या दीक्षित वहिनी दीक्षितांना कसं बोलावत असतील? बहुतेक इंटरकॉम असेल. माझ्या मनातले संवाद चालूच होते. मी म्हटलं, “दीक्षित वहिनी, जावई कुठले?”

आता जरा त्यांचा आवाज खाली आला, “तो तिकडलाच, युरोपियन. नेटवर जमलं.” आत्ता कळली ग्यानबाची मेख! मुलं युरोपियन कशी दिसतात याची. मनात म्हटलं, ‘दीक्षित वहिनी, मुलीने आंतरजातीय लग्न केलंय हे सांगा की आधी.’

“मग सुखदाचा दवाखाना?”

“अहो, युकेमध्ये दवाखाना टाकायचा किंवा जॉब करायचा तर तिकडली परीक्षा द्यावी लागते, तिथं नोकर मिळत नाही. पुन्हा मुलं, घरातलंच इतकं पुरे होतं की कसला जॉब आणि कसला दवाखाना!!

“सायलीने ‘क्लिनिक’ काढलंय नाशिकला, अनायासे तुम्ही नाशिकलाच आहात तर बघून या तिचं क्लिनिक.” आता ‘अस्मादिक पुराण’ संपल्यानं आमचं ऐकण्याच्या मनस्थितीत ते नव्हते; त्यामुळे “हो हो” असं म्हणत त्यांनी आमचा निरोप घेतला आणि आम्ही दोघींनीही मोठा श्वास टाकला.

घरी परतताना सेकंड राउंडच्या अॅडमिशनच्या सगळ्या घटना मनात तरळून गेल्या. सायली आणि सुखदा दोघींनाही डेन्टललाच अॅडमिशन हवी होती. मेरिट लिस्टमध्ये चांगला वर नंबर असूनही पहिल्या राउंडला त्यांना ‘आयुर्वेद’ला अॅडमिशन मिळाली होती. आता सगळ्या आशा सेकंड राउंडवर होत्या. त्या दिवशीचं सेकंड राउंडचं टेन्स वातावरण. सेंट जॉर्ज गव्हर्नमेंट डेन्टल कॉलेजच्या आवारातली पालकांची गर्दी. ऑडिटोरियममध्ये मोठ्या स्क्रीनवर सीट्‌सची पोझिशन दाखवली जात होती. अॅडमिशन घेणारे नंबर हळूहळू पुढे सरकत होते. सुखदा एक नंबरने सायलीच्या पुढे होती, तिचा नंबर आला तेव्हा फक्त डेन्टलच्या दोन जागा शिल्लक होत्या, डी. वाय. पाटील, पुणे आणि एम.जी.व्ही. डेन्टल, नाशिक. सुखदाने पुण्याची सीट घेतली आणि शेवटची सीट सायलीला. आम्ही सगळी प्रोसेस पूर्ण करून आलो तर बाहेर अनेक मुलं-मुली रडत होती. एक तर माझ्या खांद्यावर मान टाकून म्हणाली, “ऑन्टी, मुझे तो डेन्टलही चाहिये था.” माझं मन हळवं झालं होतं, “अरे बेटा तिसरे राउंडमें भी चान्स रहता है।” असं काहीतरी बोलून मी तिची समजूत घातली होती. इतक्या जीवघेण्या स्पर्धेत एक सीट अडवून या सुखदाने काय मिळवलं होतं? शिक्षणाच्या जोरावर परदेशातला भरपूर पगार कमावणारा

नवरा! आणि तिथलं हाउसवाइफ कम मेड आयुष्य!! सीट मिळाली नाही म्हणून रडवेले झालेले त्या मुलांचे चेहरे आठवून मी एक सुस्कारा सोडला.

सगळ्या खरेदीच्या बॅगा घेऊन दरवाज्याचे कुलूप उघडले तेव्हा साडेनऊ झाले होते. सगळ्या बॅगा मी सायलीच्या बेडरूममध्ये टाकल्या. पायावर पाणी घेतलं आणि भराभरा सगळीकडचे दिवे लावले. देवाजवळ दिवा लावला, पणत्यांमध्ये तेल घालून तुळशीजवळ, समोरच्या दरवाज्यात, बाल्कनीच्या कठड्यावर पणत्या लावल्या. सायलीपण मदत करत होती. हल्ली राग आला तरी पूर्वीसारखी रागवारागवी करायची नाही, गप्प बसायची. माहेरपणाला आलेल्या मुलीला बोलायचं आणि मग ती गेली की आठवणींनी डोळ्यांत पाणी आणत राहायचं, त्यापेक्षा मौन बरं. सायलीला पण कळलं होतं आई रागावलीय.

तेवढ्यात हे आले. सायलीने त्यांना सांगितलं, ''पप्पा, आम्ही जोरदार खरेदी करून आलोय आणि आई जाम वैतागलेली दिसतेय.''

''अगं, पण तू तर फक्त नाइट ड्रेसची एक पॅन्टच घेणार होतीस ना?''

''हो ना पण नेहमीचीच कथा.'' आम्ही जेवणं आटोपली, टेरेसवर जाऊन फटाके उडवून झाले. मी झोपाळ्यावर बसले होते, हळूहळू झोके घेत; पण गप्प गप्पच होते. तेवढ्यात पाठीमागून सायली आली. माझ्या गळ्यात हात टाकत म्हणाली, ''आई, रागावलीस का गं, बोलत नाहीस अजिबात?'' तिचा स्पर्श अजूनही तसाच होता मृदु, मुलायम. अगदी लहानपणी होता तस्साच, कोवळा! मी ऑफिसमधून आले की, अगदी खूप दिवसांनी भेटल्यासारखी गळ्यात हात टाकायची. मी म्हटलं, ''नाही गं रागावू कशाला?'' अन् मग ती बोलत होती-

''आई, काकू आणि बाबा, माझ्या सासुबाई आणि सासरे दोघेही स्वभावाने खूप चांगले आहेत. बाबा मुलीपेक्षाही जास्त काळजी घेतात माझी. काकू तर मला कितीतरी वेळा नाश्ता, टॉनिकची गोळी, भिजवलेले बदाम हातात देतात. मोठं घर, नोकर सगळी सुखं आहेत.

''बाबांचा दोन्ही वेळचा दवाखाना, मधल्या वेळेत ते तीन कंपन्यांमध्ये पॅनल डॉक्टर म्हणून काम करतात. खूप बिझी असतात. साडेनऊला घरी येतात, आम्ही लगेचच जेवायला बसतो. माझा दोन्ही वेळचा दवाखाना, परत एका वर्तमानपत्रासाठी मी डेन्टिस्ट्रीवर लिखाण करते, फावल्या वेळात ते लिखाण करायचं, वर्तमानपत्राच्या ऑफिसमध्ये देऊन यायचं. श्वेता पण फिजिओथेरपिस्ट आहे, ती पण बारा ते आठ एक स्वतंत्र क्लिनिक सांभाळते आणि शिवाय पीजीचा अभ्यास करते. काकूंना मग लेकीसाठी पण धावपळ करावी लागते. सगळेजण आपापल्या व्यापात इतके व्यग्र आहेत की, सगळ्या कामांना नोकर असूनही, त्यांच्याकडून कामं करवून घ्यायची आणि आमच्या सगळ्यांच्या वेळा सांभाळायच्या. काकू पण थकतात. एकच

रविवार, त्यात सगळ्यांना आराम करायचा असतो; पुढच्या आठवड्याची तयारी करायची असते. मग शॉपिंग वगैरेला फार कमी वेळ मिळतो. आमच्या घराजवळच कॉलेज रोडला मोठमोठे मॉल्स, बिग बजार सगळं आहे. पण सवडच होत नाही.

"डोंबिवलीला आपल्या घरी आलं ना की आभाळ कसं मोकळं मोकळं झाल्यासारखं वाटतं. बिनधास्त झोपावं. बेडरूममध्ये पसारा फेकावा. मनसोक्त शॉपिंग करावं. तू म्हणतेस ना तिकडे कशी नीटनेटकी वागतेस. इथे डायनिंग टेबलावर समोर पदार्थ असला तरी घेत नाही. अगं असं वाटतं ना, माझी 'मम्मा' वाढेल. या घरात वावरत असताना डॉक्टर सून, वहिनी सगळ्या झुली उतरवून मी मस्त हुंदडत असते मुलगी म्हणून; माहेरवाशीण म्हणून! अन् मनाचं कधीच पाखरू झालेलं असतं, उंच निळ्या आभाळात उडणारं."

तिचं बोलणं ऐकता ऐकता माझ्या डोळ्यांच्या कडा ओलावल्या. नवरात्रीतल्या अष्टमीला आम्ही भोंडला खेळतो. किती गाणी, काही अर्थपूर्ण, काहींचा अर्थ अजिबात कळत नाही. त्या गाण्याच्या ओळी मनात उमटत राहिल्या-

अक्कण माती चिक्कण माती... जातं ते रोवावं..., अस्सं जातं सुरेख बाई, गहू ते दळावे..."

अन् त्या गाण्याचा शेवट दोन्ही टिपऱ्या एकमेकांवर जोरजोरात वाजवत- अस्सं माहेर सुरेख बाई, खेळाया मिळतं.

त्यानंतर उसळलेले हास्याचे फवारे!!

मी तिला जवळ घेत म्हटलं, "सायली मॅडम, छान लेखिकेसारखं बोलताय, चला तुमची खरेदी बघू या की!" आम्ही सगळा पसारा मांडून बसलो होतो. सायली खळखळून हसत होती. तिचं मनमोकळं हसू बघून माझ्या मनात लक्ष लक्ष पणत्या उजळल्या होत्या. मायेच्या तेलानं अन् वात्सल्याच्या वातींनी पेटलेल्या! मघाशी तिन्हीसांजेला दाटून आलेला अंधार दूर दूर पळाला होता. सगळं घरच प्रकाशमान झालं होतं, माहेरवाशिणीच्या आगमनानं!

◆

(मी मराठी डॉट नेटवर प्रसिद्ध)

परीक्षा

सकाळची दहाची वेळ. वीज मंडळाच्या ऑफिसमध्ये वातावरण थोडं अस्वस्थ होतं. आज सगळी मंडळी दहाला पाच मिनिटे कमी असतानाच ऑफिसमध्ये हजर होती. वास्तविक वेळेवर ऑफिसमध्ये हजर न राहणं ही मोठी फुशारकीची आणि गर्वाची गोष्ट! 'छे बुवा दहाला कोण तडफडतंय. आपण तर पावणेअकराला आरामात येतो. काय साली बिशाद आहे त्या हेडक्लार्कची बोंबलायची!' इति मुकुंद देशपांडे उवाच! हा देशपांडे साधा डिस्पॅच क्लार्क, पण आपण म्हणजे कोणी फार मोठे ऑफिसर आहोत अशा थाटात तो वावरायचा. बाकी सारी मंडळी साडेदहा वाजेपर्यंत डुलतडुलत ऑफिसला यायची. मग बराच वेळ टेबलं-खुर्च्यांवर नसलेली धूळ झटकायची, शिपायांना शिव्या घालायच्या, राजकारणावर नसता वाद घालायचा. बराच वेळ टंगळमंगळ करून हळूच कामाला सुरुवात करायची. पुरुषवर्गाची ही पद्धत, तर समस्त स्त्रीवर्गाचा वेगळाच खाक्या! रिटा शर्मा आपल्या तंग मिडीत हळुवारपणे, संथ गतीनं मुरकत मुरकत टाइपराइटर जवळ येऊन बसायची. नाजूक बोटांनी टाइपराइटरचं कव्हर चिमटीत धरून मंजुळ पण सगळ्यांना ऐकू जाईल अशा आवाजात रामदीनला त्यावरची धूळ झटकायला सांगायची. मग टाइपराइटर चेक करायचा आणि पूर्वीपेक्षा जोरदार आवाज काढून रामदीनला ऑर्डर द्यायची, ''रामदीन, याची मार्जिन रिलीज होत नाही, दुरुस्तीला टाकून ये.'' आणि काम नाही म्हणून याच्या त्याच्या टेबलावर चकाट्या पिटायची. वरून, 'हो ना मी काळजी घेते म्हणून तो टाइपराइटर थोडा तरी शिल्लक आहे. नाहीतर भंगारमध्येच काढावा लागला असता.' बिचारे हेडक्लार्क अगदी तिच्या हो ला हो मिळवत. त्यांना तरी कुठं माहीत होतं की, मार्जिन रिलीज होत नसलं तरी टायपिंगचं काम व्यवस्थित पार पडू शकतं म्हणून! तर समस्त स्त्री कारकून वर्गाची थोड्या बहुत फरकानं हीच स्थिती होती.

पण आजची परिस्थिती वेगळी होती. आज सगळे वेळेअगोदर हजर होते.

मनोहर सबनीस फाइलीत डोकं खुपसून फारच काम करत असल्याचा आव आणत होता. दत्ता शिंदे आरामात पेपर वाचत होता. मुकुंद देशपांडेचा थाट काही विचारायलाच नको. आज अगदी ठेवणीतले कपडे घालून, अत्तर वगैरे चोपडून स्वारी हजर होती. शिरीष पाठक, विनायक साने, श्रीराम देशपांडे सगळे झाडून वेळेवर हजर होते.

रिटानं तिच्या आवडीचा निळ्या रंगाचा चुडीदार घातला होता. यात आपण अगदी 'सुंदर' दिसतो असा तिचा (गैर) समज होता. सुषमा चटर्जी, लिना पाध्ये या अविवाहित मुलींपासून ते सौ. शीला पाटील, सौ. मुजुमदार यांच्यापर्यंत सगळ्या अगदी पॉश कपड्यांत पॉश मेक-अपमध्ये होत्या.

होय, आज कारणच तसं होतं. आज नवी 'स्टेनो-टायपिस्ट' येणार होती. 'रोहिणी परांजपे' तिचं नाव! मुकुंद देशपांडेनं तर ठरवूनच टाकलं होतं. चट पोरगी आली की पट प्रेम करायचं आणि चटकन लग्न करून मोकळं व्हायचं. हो, इतरांना अजिबात चान्सच द्यायचा नाही. थोड्या बहुत फरकानं हाच विचार दत्ता, शिरीष आणि श्रीरामच्या मनातही डोकावत होता. विनायक साने त्यातल्या त्यात प्रौढ आणि लग्न झालेले. त्यांनी मुकुंदला विचारले, "काय मुक्या, यंदा तरी विचार आहे का लग्नाचा?" पण मुकुंदने आधीच फटकारले, "हे पाहा साने, त्या नवीन पोरीसमोर आपल्याला मुक्या वगैरे म्हटलेलं चालणार नाही सांगून ठेवतो." झालं, सान्यांनी सगळ्यांकडे एक मिश्कील कटाक्ष टाकला आणि मग हास्याची एकच लाट उसळली. तेवढ्यात रामदीननं चीफ इंजिनिअर साहेब आल्याची वर्दी दिली आणि सगळ्यांनीच नसलेल्या कामात डोकं घातलं. रोज साडेनऊलाच हजर होणारे हे तरुण देखणे इंजिनिअर विचित्रच होते. एवढे तरुण होते पण कुणा पोरीची बिशाद नव्हती पुढं पुढं करायची. रिटानं जोरदार प्रयत्न केला, पण व्यर्थ! आणि शेवटी नाद सोडून दिला. ते चेंबरमध्ये गेले आणि सर्वांच्या नजरा पुन्हा दाराकडे वळल्या.

मुकुंदच्या मनात विचार येत होते 'रोहिणी' अहाहा! नावच इतकं गोड तर पोरगी किती गोड असेल! 'रोहिणी' नावाची मुलगी कुरूप असणंच शक्य नाही असं त्याला सारखं वाटत होतं.

दहा पाच झाले, रिटानं पुन्हा एकदा पर्समधून सेंटची बाटली काढून सेंटचा फवारा मारला. १० वाजून ७ मिनिटे होतच होती. एकदम 'फटक फटक' अशा प्लॅस्टिक चपलांच्या आवाजानं सगळ्यांनी दचकून वर पाहिलं. मुकुंदनं विस्फारलेले डोळे गपकन मिटलेच की! क्षणभर त्यानं प्रार्थना केली, 'हे भूमाते, मी शुद्धीवर असेन तर मला पोटात घे.' पण छे, भूमाता कसली पक्की, तिला माहीत होतं की, मुकुंद चांगलाच शुद्धीवर आहे म्हणून! रिटानं सगळ्यांना ऐकू जाईल एवढ्या मोठ्या आवाजात निःश्वास सोडला. मुकुंदनं एकवार डोळे किलकिले करून पाहिलं आणि समोरचं ते अजागळ, बावळट, गावंढळ 'रोहिणी परांजपे'चं ध्यान पाहून त्याला

पुन्हा डोळे मिटावेसे वाटले. पण आता असे वारंवार डोळे मिटता येणार नव्हते. बाप रे! काय तो भयंकर अवतार! चपचपाट तेल लावून आखूड केसांच्या म्हशीच्या शिंगांसारख्या त्या दोन वेण्या! केसांना इतकं तेल चोपडलं होतं की, ते तेल उतरून चेहऱ्यावर आल्यानं बुळबुळीत वाटणारा चेहरा! एक काडी तुटलेला आणि म्हणून दोरी बांधून कानावर फिट्ट केलेला चश्मा! म्हणायला पांढऱ्या रंगाची पण पिवळी पडलेली, चुरगळलेली कॉटनची साडी! काय हा भयंकर अवतार! मुकुंदनं थोडंसं निरखून पाहिलं असतं तर त्याला कळलं असतं तिचा मूळ रंग खूप गोरापान आहे, नाक सरळ चाफेकळी आहे, डोळेही टपोरे, पाणीदार आहेत. उगाचच पोक काढून चालण्यामुळे बावळ्या व्यक्तिमत्त्वाची वाटणारी ती चांगलीच उंच व शिडशिडीत आहे. पण एकंदरीत या अवताराकडे पाहिल्यावर तिच्याकडे इतकं निरखून पाहण्याच्या भानगडीत पडतंय कोण?

बिचारी रोहिणी! ऑफिसमध्ये घाबरतच आली आणि थेट मुकुंदच्या टेबलावर जाऊन धडकली. "नमस्कार, मी येथे स्टेनो-टायपिस्ट म्हणून रुजू झाले आहे. माझं टेबल कोणतं?" सगळ्यांच्या चेहऱ्यावर एक मिश्कील हसू पसरलं.

सान्यांनी टोमणा मारला, "हं मुकुंदराव, करा आता मदतीचा हात पुढे आणि नंतर..." मुकुंद चिडला. या गावंढळ पोरीचा त्याला अतिशय संताप आला. न राहवून तो जोरात खेकसला

"अहो, इतक्या सगळ्या बायका आहेत त्यांच्यापैकी विचारा ना कोणाला तरी, माझ्याकडेच कशाला आलात?" रोहिणी शरमिंदी होऊन बायकांकडे वळली. आता सगळाच स्त्रीवर्ग तिच्यावर तुटून पडला. तिला तिच्या कामाचा परिचय करून देता देता, 'ही हेअर स्टाइल कुठल्या ब्युटी पार्लरमधून करून आलात?', 'आम्ही तुम्हाला 'काकू' म्हणू का?' नाही नाही ते प्रश्न विचारून तिची भरपूर टर उडवली. त्या दिवसापासून रोहिणीचं 'काकू' आणि मुकुंदाचे 'काका' हे नाव ऑफिसमध्ये प्रसिद्ध झालं.

आणि मग रोजचं रूटिन सुरू झालं. रोहिणीचा अजागळ अवतार पाहून तिच्याबद्दलचं औत्सुक्य संपलं. इतकंच काय पण सगळेजण तिच्याशी बोलणंदेखील टाळू लागले. हो उगाचच आपण जास्त बोलायचं आणि हे बावळं ध्यान गळीच पडायचं. मुकुंद तर तिच्याकडे साधं पाहायलाही तयार नव्हता.

हे सारं असलं तरी रोहिणी तिच्या कामात हुशार होती. आपण बरं की आपलं काम बरं असा तिचा स्वभाव होता. ती आल्यापासून पेंडिंग कामं धडाधड पूर्ण झाली. फटाफट डिक्टेशन घेऊन लेटर्स टाइप करणं, ती सहीला पाठवणं, एनक्लोझर्स जोडणं, स्टेपल करून कॉपीवर मार्क करून डिस्पॅचला पाठवणं यांसारख्या कामात ती तरबेज होती. तापट चीफ इंजिनिअर तिच्या कामावर खूश होते आणि त्यामुळे

रिटा अंतर्बाह्य जळत होती. अरविंद साठेसारख्या तापट, गर्विष्ठ इंजिनिअरनं या बावळट रोहिणीच्या कामावर एवढं खूश व्हावं? कसंही करून अरविंदच्या मनातलं तिचं स्थान नष्टच केलंच पाहिजे आणि मग तिला ती अफलातून आयडिया सुचली.

रोहिणी जवळ बसून तिचं अक्षर, तिची सही कशी आहे याची खुबी रिटानं जाणून घेतली. मग तिच्या अक्षराची, तिच्या सहीची नक्कल करून तिनं मुकुंदला एक भलं मोठं, लांबलचक प्रेमपत्र लिहिलं. संध्याकाळी बाहेर पडताना हळूच त्याच्या फाइलमध्ये सरकवलं.

दुसऱ्या दिवशी ऑफिसमध्ये एकच गदारोळ उठला. मुकुंदनं आल्या आल्या ते पत्र वाचलं आणि संतापानं त्याचं मस्तक फुटायची वेळ आली. येऊ तर दे त्या गावंढळ मुलीला, चांगली सटकावतो. अस्वस्थपणे तो हातात हात गुंफत होता. डोळ्यांच्या कोपऱ्यातून त्याच्या हालचाली टिपणारी रिटा आपलं हसू दाबत होती.

रोहिणी ऑफिसमध्ये आली. तोच बावळा भाव आणि त्याच गबाळ्या अवतारात! मुकुंद जोरात ओरडला, "अहो, काही वाटते की नाही तुम्हाला?" क्षणभर रोहिणी आणखी गांगरली, चेहरा बावळा करत तिनं विचारलं,

"मला?"

"हो हो तुम्हालाच! म्हणे, प्रिय मुकुंद, तुला पहिल्यांदा पाहिल्यापासूनच तुझ्याविषयी फार फार प्रेम वाटलं. थांबा जरा, हे तुमचं प्रेमपत्र मी साठेसाहेबांनाच दाखवतो म्हणजे समजेल तुम्हाला प्रेम कशाला म्हणतात ते."

"अहो पण," रोहिणीनं त्याला थांबवण्याचा प्रयत्न केला, पण तो इतका चिडला होता की, त्याला कुणी आवरूच शकलं नाही. संतापलेला मुकुंद सरळ साठेसाहेबांच्या चेंबरमध्ये जाऊन धडकला. त्यानंतर जे रामायण घडलं ते तर अतर्क्यच होतं. सगळेजण अवाक होऊन पाहतच राहिले. रोहिणीनं साहेबांची भरपूर बोलणी खाल्ली. तिच्या टेबलाची जागा बदलली. तिनं बिचारीनं खूप समजावण्याचा प्रयत्न केला, पण तिचं कोणी ऐकलंच नाही.

त्यानंतर रोहिणी अबोल झाली. कामाव्यतिरिक्त बोलणं तिनं बंद केलं. सहा महिने अगदी शांततेत पार पडले. मुकुंद अजूनही मनात धुमसत होता. त्याला या गबाळ्या पोरीची अगदी मनातून चीड आली होती.

त्या दिवशी रोहिणीनं एक अगदी किचकट, कठीण स्टेटमेंट एकही चूक न करता, व्यवस्थित आणि आकर्षकपणे टाइप केलं. इतक्या सुंदर रीतीनं हे किचकट स्टेटमेंट कुणी टाइप करू शकतं यावर साठेसाहेबांचा विश्वासच बसत नव्हता. त्यांनी रामदीनला, परांजपेबाईंना बोलवायला सांगितलं, रोहिणीनं धडधडत्या मनानं चेंबरमध्ये प्रवेश केला. बाहेरचं वातावरण उगीचच 'टेन्स' झालं. "येस सर?", तिनं खाली मान घालून विचारलं. त्या स्टेटमेंटवर आपली नजर खिळवत ते म्हणाले,

“मिस परांजपे, एक्सलंट! हे स्टेटमेंट तुम्ही खरंच सुंदर टाइप केलंय. तुमची सिन्सिअरली काम करण्याची पद्धत मला खूप आवडते. आय रिअली ॲप्रिशिएट यू.” प्रचंड मानसिक दडपणाखाली असलेल्या तिच्या चेहऱ्यावरचे भाव झरझर बदलले. ओठांच्या कोपऱ्यातून हळूच हसू निसटलं आणि क्षणभर साठेसाहेब तिच्याकडे बघतच राहिले. हसताना तिच्या गालाला मोहक खळी पडत होती की! “थँक्यू व्हेरी मच सर.” असं म्हणून ती झटकन बाहेर पडली. रिटाच्या तिखट कानांनी हा संवाद टिपला होता. त्यात रामदीननं आणखी भर घातली. इतके दिवस शांत असलेला तिचा राग भडकला. या स्मार्ट साहेबांना या बावळट पोरीचं एवढं काय कौतुक? मी एवढी पॉश राहते त्याचं काहीच कौतुक नाही! रागानं तिचं मन पेटून उठलं आणि पुन्हा ती अफलातून आयडिया साहेबांच्या बाबतीत वापरायची हा विचार तिनं पक्का केला. पुन्हा तिनं तशाच आशयाचं सुंदर अक्षरातलं प्रेमपत्र लिहिलं आणि साहेबांच्या फाइलमध्ये सरकवलं. खाली सही अर्थातच रोहिणीची. आता काय महाभारत घडतंय याची ती वाट बघत होती. तिला आतून हास्याच्या उकळ्या फुटत होत्या.

साहेबांच्या टेबलावरची एकेक फाइल बाजूला पडत होती. ती फाइल हातात घेतली आणि थोड्याच वेळात त्यांची उच्च स्वरातली हाक आली, “रामदीन, परांजपे बाईंना बोलावं.” अशा तऱ्हेनं बेल न वाजवता ते ओरडले म्हणजे संतापाचा पारा पराकोटीला पोहोचला आहे हे सर्वांना माहीत होतं. घाबरलेल्या मनानं रोहिणीनं चेंबरमध्ये प्रवेश केला “मिस परांजपे, मी तुमचं कौतुक केलं याचा अर्थ तुम्ही वाटेल तसं वागावं असा होत नाही.” साहेबांचा तीव्र स्वर!

“पण सर, मला समजलं नाही?”

“जास्त भोळेपणाचा आव आणू नका. हे प्रेमपत्र तुम्ही मला लिहिलं नाही?”

“नाही सर, मी खरंच लिहिलं नाही.”

“एक शब्द बोलू नका. प्रेमपत्र लिहिण्याची तुम्हाला विकृतीच दिसतेय, पण इथं हे असं वागणं चालणार नाही. मी तुम्हाला एक महिन्यासाठी सस्पेंड करतोय; उद्यापासून तुमचं तोंड मला ऑफिसमध्ये दिसलं नाही पाहिजे.”

“पण सर, मला थोडं बोलू तरी द्या.”

“आय से गेट आउट आणि बाहेर जाऊन मिस शर्मांना आत पाठवा.” असं म्हणून त्यांनी तिच्या अंगावर तिनं न लिहिलेलं प्रेमपत्र फेकलं. बाहेर येऊन तिनं रिटाला आत बोलावल्याचं सांगितलं. मोठ्या दिमाखात एकेक पाऊल टाकत रिटा चेंबरमध्ये गेली आणि रोहिणीचं सस्पेन्शन लेटर त्यांनी रिटालाच डिक्टेट केलं. रिटाचा आनंद गगनात मावत नव्हता.

बाहेर आलेल्या रोहिणीचा आता बांध फुटला. आपल्या टेबलावर येऊन तिनं

अश्रूंना मोकळी वाट करून दिली; पण भाबडी माणसं रडली तरी हास्याचाच विषय ठरतात. रिटा तोंडाला रुमाल लावून हसत होती तर मुकुंदा तिच्याकडे तिरस्कृत नजरेनं बघत होता. आता मात्र विनायक सान्यांना राहावलं नाही. त्यांची मुलगी पण रोहिणीएवढीच होती. ते चटकन तिच्याजवळ आले आणि मायेच्या शब्दांत उद्गारले, "मिस परांजपे उठा, रडू नका; आधी आपण चहा पिऊ आणि मग तुम्ही कामाला सुरुवात करा." रोहिणीनं त्यांच्याकडे न पाहताच उत्तर दिलं, "साने, तुम्ही जा, तुम्ही माझ्याशी चांगले वागलात तर कदाचित तुम्हालाही मी प्रेमपत्र लिहीन. प्लीज, जा तुम्ही साने." अतीव करुणेनं सान्यांचं मन भरून आलं. या निष्पाप मुलीला ही डँबीस माणसं उगाचच त्रास देत आहेत हे त्यांना चांगलं माहीत होतं. तेवढ्यात साहेबांचा निरोप घेऊन रामदीन आला, "परांजपे बाई, तुम्हाला आजच्या आज सगळं काम पूर्ण करायला सांगितलंय आणि देशपांडे साहेब, बाईंनी टाइप केलेली लेटर्स आजच्या आज डिसपॅच करण्यासाठी तुम्हालाही थांबायला सांगितलंय." मुकुंद जाम वैतागला; पण साहेबांचीच ऑर्डर, ऐकण्याशिवाय गत्यंतरच नव्हतं.

रोहिणीनं अश्रू पुसले आणि झटपट कामाला सुरुवात केली. आज साहेबांनी तिला डिक्टेशन घ्यायला बोलावलं नाही. त्यांनी हातानंच लिहिलेली लेटर्स रामदीन टायपिंगला आणून देत होता. सात वाजले, आठ वाजले, रोहिणीचं टायपिंग सुरूच होतं. तिचं डोकं आणि पाठ विलक्षण दुखायला लागली होती. अखेर सगळं आवरून रोहिणी सव्वाआठला बाहेर पडली. तिच्याच मागे मुकुंद स्कूटरवर आणि त्याच्या मागे अरविंद साठेही बाहेर पडले.

आपल्याच तंद्रीत विमनस्कपणे चाललेल्या रोहिणीला मुकुंदच्या स्कूटरनं दिलेला हॉर्न ऐकूच आला नाही आणि वेगानं येणाऱ्या त्याच्या स्कूटरनं तिला जोरात धक्का दिला. क्षणभर काय होतंय कळलंच नाही तिला! अन् बाजूच्याच अणकुचीदार दगडांवर पाय घसरून ती खाली पडली. तिचा चश्मा बाजूला फेकला गेला आणि फुटला. पायाला झालेल्या जखमेतून रक्ताची धार सुरू झाली. आधीच हळव्या झालेल्या रोहिणीला रडूच कोसळलं. ओंजळीत तोंड लपवून तिनं रडायला सुरुवात केली. स्कूटरवरून खाली उतरलेल्या मुकुंदनं तिच्याकडे एक तीव्र कटाक्ष टाकला. रागीट स्वरात तो म्हणाला, "हं काय पण नाटक? मदतीचा हात पुढे करू का मी? म्हणजे तुमचे हे हात माझ्या गळ्यात टाकायला नाही बरं का! ठीक आहे माझ्या स्कूटरनं तुम्हाला धक्का दिला आहे ना? मी माफी मागतो आणि भरपाई म्हणून हे पैसे देतोय, डॉक्टरांकडे जाऊन ड्रेसिंग करून घ्या." कुचेष्टच्या स्वरात तो उद्गारला आणि त्यानं तिच्या अंगावर पन्नास रुपयांची नोट फेकली. स्कूटरला किक मारून तो निघून गेला.

मागून कारमधून येणारे अरविंद साठे चकित नजरेनं हे नाटक पाहत होते.

ऑफिसमध्ये ते सगळ्यांचे बॉस होते; त्यामुळे तिथं त्यांचं करारी वागणं योग्य होतं. पण आता त्यांच्यातला सहृदय तरुण जागा झाला. धावतच ते रोहिणीजवळ गेले. खिशातला रुमाल काढून प्रथम त्यांनी तिच्या जखमेला बांधला. तिला हाताचा आधार देऊन उठवलं आणि ते कारकडे वळले. रोहिणीनं घाबरतच म्हटलं, "सर, मी रिक्षानं जाईन. तुम्हाला वाटेल तुमच्या कारमध्ये बसण्यासाठी मी हे नाटक केलं पण सर मी खरंच रिक्षानं जाईन!"

"हो हो, स्टॉप इट" कारचा दरवाजा उघडून त्यांनी बळजबरीनं तिला आत बसवलं. रोहिणी एका कोपऱ्यात अगदी चिकटून बसली होती. केव्हा घर येतंय असं तिला झालं होतं. "देशपांडेंच्या स्कूटरने तुम्हाला धक्का दिला ना?" या त्यांच्या प्रश्नानं ती भानावर आली.

"नाही सर, त्यांनी हॉर्न दिला होता, मलाच ऐकायला आला नाही; त्यामुळे लागला थोडा धक्का." क्षणभर ते तिच्याकडे बघत राहिले. हाच दुसऱ्या कुणालाही वाईट न म्हणण्याचा आणि त्यासाठी वाटेल तो त्रास सोसण्याचा सोशिकपणाचा गुण त्यांच्या मनाला आकर्षित करत होता. तिच्याकडे बघता बघता एक गोष्ट त्यांच्या लक्षात आली की, ही चश्म्याशिवाय व्यवस्थित पाहू शकते. ते तिला म्हणाले, "दुपारी झालेला प्रकार मला अजिबात आवडला नाही."

"पण सर, मी खरंच सांगते, मी ते प्रेमपत्र लिहिलं नव्हतं." कसं कुणास ठाऊक तिच्यात धैर्य आलं. त्यांच्याकडे रोखून बघत तीव्र स्वरात ती उद्गारली, "रिटासारख्या स्मार्ट मुलीवर, तिनं असं पत्र खरोखरच लिहिलं असतं तरीही तुम्ही असा आरोप करू शकला नसता. सगळं ऑफिस डोक्यावर घेतलं असतं तिनं! युनियनमध्ये गेली असती आणि एक सांगू..." क्षणभर ती थांबली. तिनं आपली नजर साहेबांच्या नजरेला भिडवली. एकटक पाहत होते ते तिच्याकडे, उत्सुकतेनं. "तुम्ही सगळ्या ऑफिस स्टाफसमोर तिची जाहीर क्षमा मागितली असती."

एकेक शब्दावर जोर देऊन ती बोलत होती. एक क्षणभर स्टिअरिंग व्हीलवरचे त्यांचे हात थरथरले, त्यांनी रोखून रोहिणीकडे पाहिलं आणि रागानं ते म्हणाले, "हेच तुम्हा मुलींचं चुकतं. हा असा गैरसमज करून घेतलेला मला आवडत नाही. त्या रिटा शर्मासारख्या पुढे पुढे करणाऱ्या मुली मला कधीच आवडत नाहीत. उलट खरंच सांगतो," थोडं थांबून एकेक शब्दावर जोर देत संथपणे ते म्हणाले, "मला तू आवडायचीस, तुझं शालीन वागणं, हळू बोलणं, तुझं निष्पाप अंतरंग, कुणाच्याही पुढे पुढे न करण्याची वृत्ती, कामातील एकाग्रता. पॉश कपडे, पॉश मेक-अप ही झाली बाह्य सौंदर्य, त्याही पलीकडे मला दिसलं ते तुझ्या मनाचं सौंदर्य! माझ्या आईला अशीच सून हवी आहे... आणि मला पण अशीच जोडीदार...!" रोहिणी क्षणभर अवाक झाली. अतीव भावनावेगानं तिचे डोळे भरून आले. ओंजळीत चेहरा

लपवून ती मुसमुसत होती. त्यांनी हलकेच तिच्या पाठीवरून मायेने हात फिरवला. भावनावेग थोडा ओसरल्यावर हलकेच नजर वर उचलून त्यांच्याकडे बघत ती उद्‌गारली, ''अरविंद, यू आर रिअली ग्रेट.'' त्यांनी चमकून तिच्याकडे पाहिलं. पोरगी चक्क त्यांना नावानेच हाक मारत होती. असं मनमोकळं आणि दिलखुलास हसताना त्यांनी तिला प्रथमच पाहिलं. तिच्या गालावरच्या खळीकडे पूर्वीच आकर्षित झालेले ते तिच्या चेहऱ्याकडे बघतच राहिले.

आपलं हसू आवरून ती म्हणाली, ''अरविंद, मी आज खरंच सांगते, माझं हे बावळं, अजागळ रूप आहे ना ते खरं नाही. माझ्या या आखूड दोन वेण्या आहेत ना हा माझा बॉब आहे. मला मॉडर्न राहणी आवडते. माझे वडील गुजरातमध्ये मोठे डॉक्टर आहेत. मी नोकरी करू नये असं त्यांचं मत होतं. पण सरकारी नोकरीची ही सुसंधी घालवू नये असं मला सारखं वाटत होतं. एखाद्या सुंदर, तरुण मुलीला एकटं राहताना होतो तसा त्रास होऊ नये म्हणून हे अजागळ रूप धारण केलं. मावशीकडे राहते, ती पण विचारायची, 'रोहिणी, हे गं काय बाई तुझं ध्यान? नाही तर तुझी पूर्वीची स्मार्ट रोहिणी विसरूनच जाशील? मला तर तुझा हा बावळा अवतार बघवत नाही.' माझ्या या गबाळ्या अवतारातही माझ्या खऱ्या गुणांचं कौतुक करणारा, थोर मनाचा, माणसांची पारख असणारा जीवनसाथी मला लाभला'' असं म्हणता म्हणता नकळत रोहिणीचे डोळे भरून आले. आता आश्चर्यचकित होण्याची वेळ अरविंदची होती. तो म्हणाला, ''बरीच आहेस की गं!'' तिचा हात हलकेच हातात घेऊन म्हणाला, ''उद्या ऑफिसमध्ये 'एंगेजमेंट' जाहीर करू या का?'' रोहिणीच्या झुकल्या नजरेनं या निर्णयाला केव्हाच होकार दिला होता. अतीव समाधानानं आणि विश्वासानं तिनं अरविंदच्या खांद्यावर मान टेकली.

दुसऱ्या दिवशी ११ वाजून गेले तरी रोहिणी आली नव्हती. अर्थात तिच्या येण्या-जाण्याची दखल घेणारं कुणी नव्हतंच आणि तिला दुसऱ्या दिवसापासून सस्पेन्शन लेटरही मिळालं होतं. अचानक १२ वाजता ऑफिसच्या दारातून येणाऱ्या 'पार्क अव्हेन्यू'च्या मंद मधुर सुगंधानं सगळ्यांनीच चमकून प्रवेशद्वाराकडे पाहिलं. ओ हो! रवि वर्म्याचं चित्रच तिथं मॉडेल बनून उभं तर नव्हतं ना? त्या तरुणीनं फिकट गुलाबी रंगाची सिफॉन साडी त्यावर तसलाच स्लिव्हलेस ब्लाउज परिधान केला होता. बॉब केलेले तिचे मृदू मुलायम सोनेरी केस शाम्पूनं न्हायल्यामुळे वाऱ्यावर उडत होते. गोरापान वर्ण, सुंदर रेखीव नाक, उंच शिडशिडीत बांधा, खांदे ताठ सरळ ठेवून, आत्मविश्वास प्रकट करणारी चाल, रेखीव चेहऱ्यावर हलकासा मेकअप. गळ्यात लांब सोन्याची चेन, हातात दोन ठसठशीत सोन्याच्या बांगड्या. उंच टाचेच्या चपला घालून दिमाखात चालत आलेल्या त्या तरुणीकडे ऑफिसमधले सगळेच अवाक होऊन पाहत होते. सर्वप्रथम भानावर आला तो मुकुंद देशपांडे!

जोरात खुर्ची बाजूला सरकवून दोन टांगांतच तो तिच्याजवळ धावत आला. कमरेत वाकून त्यानं अदबीनं विचारले "मॅडम, मे आय हेल्प यू?" रोहिणी त्याच्याकडे बघून गालातल्या गालात हसली. त्याची गंमत करावी असं वाटूनही ती हलकेच उत्तरली, "हे काय देशपांडे, मला ओळखलं नाही? मी रोहिणी परांजपे!" आता बेशुद्ध पडायची पाळी होती मुकुंदची. तरीही स्वत:ला सावरत सलगीनं तो म्हणाला,

"परांजपे, तुम्हाला काल खूप लागलं का? चला, मी तुम्हाला डॉक्टरांकडे घेऊन जातो." रोहिणी हसली मनातल्या मनात. ती पुटपुटली, 'शरीराला झालेल्या जखमेपेक्षा माझ्या मनाला झालेल्या जखमा न बऱ्या होणाऱ्या आहेत.' माणसाचं खरं रूप प्रकट करणाऱ्या मोठ्या आवाजात विशेषत: रिटाला व मुकुंदला ऐकू येईल अशा आवाजात ती उद्गारली, "मंडळी, मी आज ऑफिसला आलेली नाही. मी सांगायला आले आहे, उद्या माझी व चीफ इंजिनिअर साहेब अरविंद साठेंची एंगेजमेंट आहे. त्याचं आमंत्रण द्यायला आले आहे. आज माझा शेवटचा दिवस. माझ्या सस्पेंन्शन लेटरची डेट आहे उद्याची. पण मी आजच राजीनामा देत आहे आणि बरोबर एक महिन्यानं लग्नाची तारीख ठरली आहे. सगळ्यांनी अवश्य यायचं हं!" रिटाकडे बघत ती उद्गारली आणि दिमाखदार पावलं टाकत अरविंदच्या केबिनकडे चालू लागली. तिच्या पाठमोऱ्या आकृतीकडे अवाक होऊन पाहणारा मुकुंद खाली कोसळला.

◆